குற்றம் புரிந்தவன்

சிறுகதைத் தொகுப்பு

ராஜேஷ்குமார்

RAJESHKUMAR
RK
Publishing

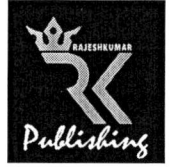

ISBN: 978-93-90771-59-2

குற்றம் புரிந்தவன் (RK054)
சிறுகதைத் தொகுதி

ராஜேஷ்குமார்

முதல் பதிப்பு - மார்ச் 2023

© காப்பீட்டு உரிமை: ராஜேஷ்குமார்

வெளியீடு: RK பப்ளிஷிங், 23, யமுனா தெரு,
க்யூரியோ கார்டன் அவென்யூ, வடவள்ளி, கோயம்புத்தூர் - 641 046.

விலை: ₹ 190

அட்டை வடிவமைப்பு: ராஜரத்தினம்

நூல் வடிவமைப்பு: செ. பிரதீப், இன்லெட்பஃப் சொல்யூஷன்ஸ்

இந்தப் புத்தகத்தின் எந்த ஒரு பகுதியையும் பதிப்பாளரின் எழுத்துபூர்வமான முன் அனுமதி பெறாமல் மறுபிரசுரம் செய்வதோ, அச்சு மற்றும் மின்னணு ஊடகங்களில் மறுபதிப்பு செய்வதோ காப்புரிமை சட்டப்படி தடை செய்யப்பட்டதாகும். புத்தக விமர்சனத்திற்காக மட்டுமே இந்தப் புத்தகத்திலிருந்து மேற்கோள் காட்ட அனுமதிக்கப்படுகிறது.

Kuttram Purinthavan (RK054)
Sirukadhai Thoguthi

Rajeshkumar

First Edition - March 2023

© **Copyright:** Rajeshkumar

Published by: RK Publishing, 23, Yamuna Street,
Curio Garden Avenue, Vadavalli, Coimbatore - 641046.
Mob: 89251 16783
email: rkpublishing41@gmail.com
Web: www.rajeskumarnovels.com

Price: ₹ 190

Cover Designed by: Rajarathinam

Book Designed by: C Pradeep, inletPUB Solutions, www.inletpub.com

No part of this book may be reproduced in print or electronic media without the prior written permission of the publisher. Reproduction is prohibited under copyright law. Quoting from this book for book review purposes only is allowed.

உள்ளே...

பதினோராவது பொருத்தம்
பேசும் காகிதங்கள்
பொய்த் தூக்கம்
மனசுக்குள் மழை
அந்த ஏழு பேர்
தண்டனை தப்பாது
ஒரு நள்ளிரவுத் தீர்ப்பு
குற்றம் புரிந்தவன்
நேற்றைப் போல் இன்று இல்லை...
நியூஜெர்ஸி தேவதை
அன்றே! அங்கே! அப்பொழுதே!
நிதர்சனாவின் பிற்பகல்
பூவில் செய்த ஆயுதம்
நீயே... நீயே... நானே நீயே
அன்புள்ள எதிரி
டாப் ஸ்லிப் கெஸ்ட் ஹவுஸ்

அன்புக்குரிய வாசக நெஞ்சங்களே!

வணக்கம்.

இப்போது உங்களுடைய கைகளில் இடம்பிடித்து இருக்கும் குற்றம் புரிந்தவன் - சிறுகதைத் தொகுப்பைப் படித்து முடித்ததும் உங்களுடைய இதயங்களிலும் இடம் பிடிக்கும் என்பதில் எனக்கு சந்தேகம் இல்லை. என் ஐம்பத்திமூன்று ஆண்டுகால எழுத்துலக வாழ்க்கையில் 2000-க்கும் மேற்பட்ட சிறுகதைகள், கிட்டத்தட்ட தமிழகத்தின் எல்லா வார, மாத, தின இதழ்களிலும் வெளிவந்து என்னுடைய எழுத்துப் பசியை தணிய வைத்தன.

மலர்கள் உதிரிகளாக இருப்பதைக் காட்டிலும் மாலையாய் மாறி இருக்கும்போதுதான் அவைகளின் அழகு பன்மடங்காகத் தெரியும். பல்வேறு காலகட்டங்களில் வெவ்வேறு பதிப்பகத்தாரால் என் சிறுகதை மலர்கள் மாலைகளாய் வெளிவந்து வாசகர்களை மகிழ வைத்தது.

இந்த புத்தகத்தில் 16 சிறுகதைகளும் என்னால் கவனமாகப் படிக்கப்பட்டு தேர்ந்து எடுக்கப்பட்டவை. வெகுஜன இலக்கியம் என்ற பிரிவில் சிறுகதைகள் எழுதப்பட்டிருந்தாலும், கதையைப் படித்து முடிக்கும்போது அதன் இறுதி வரிகளில் ஒரு பயனுள்ள செய்தியை இந்த சமூகத்துக்கு சொல்பவையாகவே சித்தரிக்கப்பட்டு இருப்பதை படிக்கும் வாசகர்கள் உணர்வார்கள் என்று நம்புகிறேன்.

மிக்க அன்புடன்,

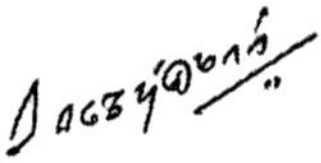

பதினோராவது பொருத்தம்

பெருமாள் சாமி பூஜையறையிலிருந்து வெளிப்பட்டு காலை உணவை முடித்துக் கொள்வதற்காக டைனிங் டேபிளுக்குப் போய் உட்கார்ந்த போது வாசலில் அழைப்பு மணியின் சத்தம் சிக்கனமாய் ஒலித்து அடங்கியது.

சமையலறையில் ஏதோ வேலையாய் இருந்த மனைவியைப் பார்த்து குரல் கொடுத்தார்.

"திலகம்...! வந்திருக்கிறது யார்ன்னு போய்ப் பாரு."

குக்கரை கீழே வைத்துவிட்டு காஸ் அடுப்பை அணைத்த திலகம், மூட்டு வலியோடு மெதுவாய் நடந்து கதவை நோக்கிப் போனாள். சில விநாடிகளுக்குப் பின் திரும்பி வந்து கணவனுக்கு முன்பாய் ஒரு பெருமூச்சோடு வந்து நின்றாள்.

"நம்ம வீட்டு மேல் போர்ஷனை வாடகைக்குக் கேட்டு ஒரு அம்மாவும், பையனும் வந்திருக்காங்க... வழக்கம் போல

ராஜேஷ்குமார்

கட் அண்ட் ரைட்டா பேசாமே கொஞ்சம் நிதானமா பேசி, வாடகைக்கு வெக்கிற வழியைப் பாருங்க. ரெண்டு வருஷமா மேல் போர்ஷன் காலியாய் இருக்கு... வாடகை கொஞ்சம் முன்னே பின்னே இருந்தாலும் பரவாயில்லை...”

புத்தி சொன்ன மனைவியை லேசாய் முறைத்துப் பார்த்துவிட்டு வீட்டின் முன்னறைக்குச் சென்றார் பெருமாள்சாமி. ஐம்பது வயதுக்குரிய தோற்றத்தில் அந்த அம்மாவும், அவளருகே களையான முகத்தோடு ஒரு இளைஞனும் வீட்டை பார்வையால் அளந்தபடி உட்கார்ந்திருந்தார்கள். பெருமாள்சாமியைப் பார்த்ததும் ஒரு வணக்கம் வைத்தப்படி பணிவோடு எழுந்து நின்றார்கள்.

“உட்கார்ங்க” என்று ஒரு புன்னகையோடு சொல்லிக்கொண்டே அவர்களுக்கு எதிரே நாற்காலியொன்றை இழுத்துப் போட்டுக் கொண்டு உட்கார்ந்தார்.

“ம்... சொல்லுங்க.”

அந்த அம்மாள் மெதுவாய் பேச்சை ஆரம்பித்தார்.

“இங்கே மாடி போர்ஷன் ஒண்ணு காலியாய் இருக்கிறதாய் புரோக்கர் கிருஷ்ணன் சொன்னார். அதான் பார்த்து பேசிட்டு போலாம்ன்னு நானும் என்னோட பையனும் வந்தோம்.”

“அப்படியா...?” என்று சொன்ன பெருமாள்சாமி சில விநாடிகள் மௌனமாய் இருந்து விட்டு கேட்டார்.

“இப்போ எங்கே குடியிருக்கீங்க?”

“மைலாப்பூர் லஸ் கார்னர்க்குப் பக்கத்துல...”

“நீங்க ரெண்டு பேர்மட்டுந்தானா?”

“ஆமா! எம்பேரு ரஞ்சிதம். என்னோட கணவர் அஞ்சு வருஷத்துக்கு முன்னாடி இறந்துட்டார். இவன் எனக்கு ஒரே பையன். பேரு செந்தில். ஐ.டி கம்பெனியில் வேலை.”

பெருமாள்சாமியின் பார்வை செந்திலின் பக்கம் திரும்பியது. “அந்த ஐ.டி கம்பெனியோட பேர் என்ன தம்பி?”

“சி.எஸ்.சி ஸார்.”

“நல்ல கம்பெனிதான்.” என்று வாய்க்குள் முனகிக் கொண்டவரின் பார்வை மறுபடியும் ரஞ்சிதத்தை நோக்கிப் போயிற்று.

“இப்ப வாடகைக்கு இருக்கிற வீட்டை ஏன் காலி பண்ணிட்டு வர்றீங்க?”

“ஹவுஸ் ஓனர் அந்த வீட்டை வித்துட்டார். வாங்கின வங்க அதை இடிச்சுட்டு புதிய வீடு கட்டணும்னு சொன்னதால, இன்னும் ரெண்டு மாசத்துக்குள்ளே காலி பண்ணியாகணும்... மும்முரமாய் வீடு தேடிட்டு இருந்தோம். புரோக்கர் கிருஷ்ணன்தான் இங்கே மேல் போர்ஷன் காலியாய் இருக்கிறதாய் நேத்து சாயந்தரம் சொன்னார். நேத்து நவமி. இன்னிக்கு நாள் நல்லாயிருந்ததாலே உங்களைப் பார்த்து பேச வந்தோம்.”

பெருமாள்சாமி நாற்காலியினின்றும் எழுந்தார்.

“வாங்க... போர்ஷனைப் பார்த்துடலாம். அதுக்கப்புறமா வாடகை, அட்வான்ஸ் பத்தி பேசிடலாம்.”

சுவர் ஆணியில் தொங்கிக் கொண்டிருந்த ஒரு சாவிக்கொத்தை எடுத்துக் கொண்டு வீட்டுக்குப் பக்கவாட்டில் தெரிந்த மாடிப்படிகளை நோக்கி அவர் நடக்க ஆரம்பித்துவிட, இருவரும் எழுந்து பின்தொடர்ந்தார்கள்.

சரியாய் பத்து நிமிஷம்.

மூன்று பேரும் மாடிப்படிகளிலிருந்து கீழே இறங்கி பழையபடி நாற்காலிகளுக்கு வந்து சாய்ந்தார்கள்.

பெருமாள்சாமி உதடுகளில் நெளியும் ஒரு சிறு சிரிப்போடு கேட்டார்.

“என்ன வீடு பிடிச்சுதா...?”

அந்த இளைஞன் செந்தில் வாயெல்லாம் பல்லாக தலையாட்டினான்.

“ரொம்பவும் பிடிச்சிருக்கு சார். ரீசெண்டா பெயிண்ட் பண்ணியிருக்கீங்க போலிருக்கு... பாக்கிறதுக்கு புது வீடு மாதிரி இருக்கு. வாடகை, அட்வான்ஸ் எவ்வளவுன்னு சொல்லிட்டீங்கன்னா இன்னிக்கே பைனலைஸ் பண்ணி ஒரு டோக்கன் அட்வான்ஸைக் குடுத்துடறேன்”

“தம்பி! நான் அதிக வாடகைக்கு ஆசைப்படறவன் கிடையாது. சென்ட்ரல் கவர்ன்மெண்ட் சர்வீஸிலிருந்து ரிடையராறதுக்கு முந்தியே வி.ஆர்.எஸ் வாங்கிட்டு வந்தவன் நான். காரணம் என்னோட மேலதிகாரிகளுக்கும் சரி, எனக்குக் கீழே வேலை பார்த்த ஆட்களுக்கும் சரி, கொஞ்சம் கூட பொறுப்புணர்வு கிடையாது. நேர்மைங்கற வார்த்தைக்கு அர்த்தம் தெரியாது. பணம் ஒண்ணுதான் அவங்களுக்குப் பெரிசு. அதுவும் லஞ்சப் பணம். அவங்களுக்கு நடுவுல என்னால வேலை பார்க்க முடியலை. அதான் வந்துட்டேன். எனக்கு எல்லாமே சரியாய் நடக்கணும்.” திலகம் சமையலறையிலிருந்து தண்ணீர் நிரம்பிய இரண்டு டம்பளர்களோடு வெளிப்பட்டாள். டீபாயின் மேல் வைத்துக் கொண்டே சொன்னாள்.

“காப்பி சாப்பிடறீங்களா?”

“வேண்டாங்கம்மா...என்னோட பையனுக்கு டீ காபி சாப்பிடற பழக்கம் இல்லை. நான் எப்பவாவது சாப்பிடுவேன். ஆனா இன்னிக்கு நான் விரதம். சாயந்தரம் வடபழனி கோயிலுக்கு போயிட்டு வந்த பின்னாடிதான் ஆகாரமே...!” என்று சொன்ன ரஞ்சிதம் தயக்கத்தோடு பெருமாள்சாமியிடம் திரும்பினாள்.

“மாச வாடகையும், அட்வான்ஸும் எவ்வளவுன்னு சொன்னா பரவாயில்லை.”

“வாடகை மாசம் பன்னிரெண்டாயிரம், அட்வான்ஸ் ரெண்டு லட்சம்...”

“அட்வான்ஸ் தொகையை கொஞ்சம் குறைச்சுக்க முடியுமா...?”

“குறைச்சுதாம்மா சொல்லியிருக்கேன். ஆறு மாசத்துக்கு முன்னாடிதான் வீட்டை ரெனவேஷன் பண்ணினேன். மூணு லட்சம் ரூபாய் செலவாச்சு.”

செந்தில் இடைமறித்தான்.

“ஒண்ணும் பிரச்னையில்லை ஸார்... நீங்க... சொன்ன வாடகைத் தொகைக்கும், அட்வான்ஸுக்கும் ஒத்துக்கிறேன். இன்னைக்கு ஒரு டோக்கன் தொகையை அட்வான்ஸாய் கொடுத்துடறேன்.”

சொன்ன செந்தில் பணத்தை எடுக்க முயல பெருமாள்சாமி தடுத்தார்.

“அந்த சம்பிராதயமெல்லாம் வேண்டாம் தம்பி. நீங்க குடிவர்ற அன்னிக்கே மொத்த அட்வான்ஸையும் குடுத்தா போதும். பார்மாலிடிக்கு ஒரு ரெண்டல் காண்ட்ராக்ட் போட்டுக்கலாம்... ரெண்டு வருஷத்துக்கு ஒரு தடவை பத்து பர்ஸண்ட் வாடகைத் தொகையைச் சேர்த்துத் தரணும். அவ்வளவுதான்.”

“அப்படியே குடுத்துடறேன் ஸார்... இந்த வாரத்துக்குள்ளே ஒரு நல்ல நாள் பார்த்துட்டு மறுபடியும் வர்றோம்.”

ரஞ்சிதமும் செந்திலும் எழுந்து நின்று கைகளைக் குவித்து விட்டு வாசலை நோக்கி நடந்தார்கள்.

சரியாய் ஒரு வாரம் கரைந்து காணாமல் போயிருக்க, அன்றைக்கு மாலை புரோக்கர் கிருஷ்ணனிடம் இருந்து பெருமாள்சாமிக்கு செல்போன் அழைப்பு வந்தது.

டி.வியின் செய்திகளில் மூழ்கிப் போயிருந்தவர் ரிமோட் கண்ட்ரோலை எடுத்து டி.வியை ஊமையாக்கிவிட்டு செல்போனை எடுத்து காதில் வைத்தார் பெருமாள்சாமி.

"சொல்லுங்க கிருஷ்ணன்."

"ஸார்... நாளைக்கு காலையில பத்து மணிக்கு உங்க வீட்டு மாடி போர்ஷனை வாடகைக்கு கேட்டு ஒரு பேங்க் மேனேஜர் வருவார்... வாடகையையும் அட்வான்ஸையும் பேசிக்குங்க. ஹஸ்பெண்ட் ஒய்ஃப் ரெண்டு பேரு மட்டும்தான்..."

பெருமாள்சாமி சற்றே அதிர்ச்சியான குரலில் குறுக்கிட்டார்.

"என்ன கிருஷ்ணன் சொல்றீங்க...? அந்த மாடிப் போர்ஷனைத்தான் போன வாரமே நீங்க அனுப்பி வெச்சிருந்த பார்ட்டிக்கு முடிச்சாச்சே? செந்தில்ன்னு ஒரு பையனும், அவனோட அம்மாவும் வந்திருந்தாங்களே?"

"ஸாரி ஸார்... அவங்களுக்கு அங்கே வாடகைக்கு வர இஷ்டமில்லையாம். ரெண்டு நாளைக்கு முன்னாடியே என்கிட்ட சொல்லிட்டாங்க."

"என்ன காரணம்?"

"அ... அது... வந்து..." புரோக்கர் குரலை இழுக்க பெருமாள்சாமிக்கு லேசாய் கோபம் வந்தது.

"மென்னு முழுங்காம சொல்லுங்க."

"அவங்க என்ன சொன்னாங்கன்னு உங்ககிட்ட சொன்னா உங்களுக்கு கோபம்தான் வரும் ஸார்."

"விஷயம் எதுவாயிருந்தாலும் பரவாயில்லை... சொல்லுங்க."

"ரெண்டு நாளைக்கு முன்னாடி அந்த அம்மாவும் பையனும் என்னோட வீட்டுக்கு வந்து என்னைப் பார்த்தாங்க... ரொம்ப நேரத் தயக்கத்துக்குப் பின்னாடி 'ஹவுஸ் ஓனர் பெருமாள்சாமிக்கு ரெண்டு பொண்ணுங்க இருக்காங்கன்னு கேள்விப்பட்டோம்... அது உண்மையான்னு கேட்டாங்க.' நானும் ஆமா அவர்க்கு நித்யா, வித்யாங்கிற

பதினோராவது பொருத்தம்

பேர்ல பொண்ணுங்க இருக்காங்க. ரெண்டு பேருமே ட்வின்ஸ். காலேஜ் படிப்பை முடிச்சுட்டு வேலைக்குப் போயிட்டிருக்காங்கன்னு சொல்லிட்டு 'எதுக்காக இந்த விசாரணை'ன்னு கேட்டேன். அதுக்கு அந்த அம்மா 'கல்யாண வயசுல அந்த வீட்ல ரெண்டு பொண்ணுங்க இருக்கும் போது நாங்க அங்கே வாடகைக்கு இருக்கிறது சரியில்லை. ஏதாவது ஒரு கட்டத்துல என்னோட பையனுக்கு அந்த பொண்ணுங்க மேல ஆசை வரலாம்... அதேமாதிரி அந்த பொண்ணுங்களுக்கும் எம் பையன் மேல ஆசை வரலாம். ஒரு பிரச்சனை வந்த பின்னாடி அதைத் தீர்க்க முயற்சி செய்யறதை விட அது வர்றதுக்கு முன்னாடியே வழியை அடைச்சுட்டா என்னான்னு என்னோட மனசுக்குப்பட்டுச்சு.. என் பையன் செந்தில்கிட்டே சொன்னேன். அவனும் நான் சொன்னது சரின்னு ஒத்துக்கிட்டான். இந்த விஷயத்தை அவர்கிட்டே நேரிடையாய் முகம் பார்த்து சொல்ல முடியாது. அதுதான் உங்களைப் பார்த்து சொல்லிடலாம்ன்னு....'"

கிருஷ்ணன் பேசிக் கொண்டிருக்கும் போதே பெருமாள்சாமி இடைமறித்தார்.

"போதும்... நீங்க சொல்ல வந்த விஷயம் எனக்கு என்னன்னு நல்லாவே புரியுது... அந்த பேங்க் மானேஜர் எப்போ மாடி போர்ஷனைப் பார்க்க வர்றதா சொன்னார்?"

"நாளைக்கு காலையிலே பத்து மணிக்கு."

"அவரை வரச்சொல்லிடுங்க... வாடகையும், அட்வான்ஸும் முன்னே பின்னே இருந்தாலும் இன்னிக்குப் பேசி முடிச்சுடுவோம். நீங்களும் அவங்க கூட வர்றீங்களா?"

"இல்லீங்க ஸார். அவர் மட்டும்தான் வருவார். நீங்க பார்த்துப் பேசிக்குங்க..."

பெருமாள்சாமி ஒரு பெருமூச்சோடு செல்போனை அணைத்த வினாடி அவருடைய மனைவி திலகம் உள்ளறையிலிருந்து வெளிப்பட்டுக் கொண்டே கேட்டாள்:

"போன்ல யாருங்க.... புரோக்கர் கிருஷ்ணனா?"

"ஆமா."

"என்ன பிரச்சினை?"

"பிரச்சனையெல்லாம் ஒண்ணுமில்லை... போன வாரம் ஒரு அம்மாவும் மகனும் வந்து நம்ம வீட்டு மாடி போர்ஷனைப் பார்த்துட்டு போனாங்க இல்லையா...?"

"ஆமா."

"அவங்க வாடகைக்கு வரலையாம்?"

"ஏன்?"

பெருமாள்சாமி சில விநாடிகள் தயங்கிவிட்டு காரணத்தைச் சொல்ல திலகத்தின் முகம் கோபத்தில் சிவந்து ஆத்திரத்தோடு ஏதோ பேச முயன்றாள்.

அவர் அவளை கையமர்த்தினார்.

"அவங்களைத் திட்ட ஆரம்பிச்சுடாதே... அவங்க மனசுக்கு சரின்னு பட்டதை சொல்லியிருக்காங்க... நீ போய் உன்னோட வேலையைப் பாரு... நம்ம வீட்டு மாடிபோர்ஷனைப் பார்க்க பேங்க் மானேஜர் ஒருத்தர் நாளைக்கு காலையில வரப்போறாராம். நித்யாவையும், வித்யாவையும் மேல அனுப்பி போர்ஷனை சுத்தம் பண்ணச் சொல்லு..."

"அவங்க ரெண்டு பேரும் இப்பத்தான் ஆபீஸிலிருந்து வந்தாங்க... காபி கூட சாப்பிடலை... நான் போய் சுத்தம் பண்றேன்."

திலகம் முனகிக் கொண்டே மாடிப்படிகளை நோக்கிப் போனாள்.

அடுத்த நாள் காலை ஒன்பது மணி.

சமையலறையில் ஒரு வேலையாய் இருந்த ரஞ்சிதம் கதவு தட்டப்படும் சத்தம் கேட்டு, வேக நடையில் போய்க் கதவைத் திறந்தாள்.

வெளியே வாசற்படியில் பெருமாள்சாமி நின்றிருப்பதைப் பார்த்து லேசாய் அதிர்ந்து போனவளாய் கையெடுத்து கும்பிட்டாள்.

"வா...வாங்க..."

மெலிதாய் புன்னகைத்தார் பெருமாள்சாமி.

"உங்ககிட்ட கொஞ்சம் பேசணும்..."

"உள்ளே வாங்க..."

சொன்ன ரஞ்சிதம் வீட்டின் உட்புறத்தை நோக்கி நடக்க பெருமாள்சாமி பின்தொடர்ந்தார்.

"உங்க மகன் செந்தில் வீட்ல இல்லையா?"

"அவன் காலையில ஏழு மணிக்கெல்லாம் வேலைக்கு கிளம்பிப் போயிருவான்." என்று சொன்ன ரஞ்சிதம் சோபாவைக் காட்டினாள்.

"உட்கார்ங்க."

பெருமாள்சாமி உட்கார்ந்தார். ரஞ்சிதம் எதிரில் இருந்த நாற்காலியில் உட்கார்ந்தபடி மெல்ல பேச்சை ஆரம்பித்தாள்.

"நாங்க உங்க வீட்டு மாடி போர்ஷனுக்கு வாடகைக்கு வரலைன்னு எங்க மேல உங்களுக்கு கோபம் இருக்கும்னு நினைக்கிறேன்."

"நான் அது சம்பந்தமாய் பேச வரலை."

"அப்புறம்...?"

"நேத்து சாயந்தரம் சுபயோகா திருமண மையத்திலிருந்து எனக்கு சில வரன்களோட ஜாதகங்களை அனுப்பியிருந்தாங்க. அதுல ஒரு ஜாதகம் உங்க மகன் செந்திலோடது. நீங்க அந்தத் திருமண மையத்துக்கு உங்க பையனோட ஜாதகத்தைக் குடுத்து பொண்ணுப் பார்க்கச் சொல்லியிருந்தீங்க போலிருக்கு?"

"ஆமா போன மாசம் குடுத்து வெச்சிருந்தேன். சில பொண்ணுங்களோட ஜாதகம் வந்தது. ஆனா எதுவும் சரியா பொருந்தலை."

“நான் ஒரு விஷயத்தைச் சொன்னா நீங்க தப்பா எடுத்துக்க மாட்டீங்களே?”

“எ...எ...என்ன சொல்லுங்க?”

“பொதுவா... மாப்பிள்ளை வீட்டுக்காரங்கதான் பெண் கேட்கப் போவாங்க. ஆனா நான் அந்த விதிமுறையை மீறி என் பொண்ணுக்காக உங்க பையனைக் கேட்க வந்திருக்கேன். ஒரு மணி நேரத்துக்கு முந்திதான் ஒரு நல்ல ஜோஸியர்கிட்ட போய் ரெண்டு பேரோட ஜாதகங்களையும் குடுத்து பொருத்தம் பார்க்கச் சொன்னேன். பத்துக்கு பத்து பொருத்தம் இருக்குன்னு சொன்னார். இந்த பத்துப் பொருத்தங்களைக் காட்டிலும் பதினோராவதா பெரிய பொருத்தமாய் நான் நினைக்கிறது எது தெரியுமா?”

ரஞ்சிதம் குழப்பமாய் பார்க்க பெருமாள்சாமி தொடர்ந்தார்.

“என் வீட்டு மாடி போர்ஷனை வாடகைக்கு கேட்டு வந்த நீங்க எனக்கு ரெண்டு வயசுப் பொண்ணுங்க இருக்காங்கன்னு தெரிஞ்சதுமே, ஏதோ ஒரு சட்டத்துக்கு கட்டுப்பட்ட மாதிரி பின்னாடி ஏதும் தப்பாய் நடந்துடக்கூடாதுன்னு முடிவு எடுத்து வீட்டு புரோக்கர்கிட்ட வேண்டாம்ன்னு சொன்னீங்க. இந்த ஒரு நல்ல குணத்துக்காகவே எல்லா மரபையும் மீறி உங்க மகனை எனக்கு மருமகனா கொடுங்கன்னு கேட்க வந்திருக்கேன். இது எம் பொண்ணு நித்யாவோட போட்டோ. உங்க பையனுக்கு போட்டோவைக் காட்டுங்க. பிடிச்சிருந்தா இந்த வாரத்துல ஒரு நல்லநாள் பார்த்து என் வீட்டுக்கு பெண் கேட்டு வாங்க.”

ரஞ்சிதம் சந்தோஷத்தில் திணறி போட்டோவை வாங்கிப் பார்த்துவிட்டு சொன்னாள்.

“உங்க பொண்ணை எனக்கு ரொம்பவும் பிடிச்சிருக்கு. எம் பையனுக்கும் கண்டிப்பா பிடிக்கும்... நாளைக்கே நல்ல

நாள்தான். நாளைக்கு காலையில பத்து மணிக்கு நித்யாவை பெண் பார்க்க நாங்க வர்றோம்."

சொல்லியபடியே கை குவித்தாள் ரஞ்சிதம்.

பேசும் காகிதங்கள்

பாஸ்கரன் ஆபீஸுக்குப் புறப்பட்டுப் போகும் நிமிஷங்களில் இருந்தபோது வீட்டு வாசலில் அந்தக் குரல் கேட்டது.

"அம்மா..."

எலுமிச்சை, தயிர் சாதம் நிரம்பிய லஞ்ச் பாக்ஸை பையில் எடுத்து வைத்துக் கொண்டிருந்த பாஸ்கரன் ஜன்னல் வழியே எட்டிப் பார்த்தான்.

வாசலில் காய்கறிகள் நிரம்பிய தள்ளுவண்டியோடு வேலுச்சாமி நின்றிருந்தான். கடந்த மூன்று வருஷ காலமாய் அடாது மழை பெய்தாலும் விடாது காலையில் ஒன்பது மணிக்கெல்லாம் வீட்டுவாசலில் ஆஜராகி குறைந்தபட்சம் ஐம்பது ரூபாய்க்காவது காய்கறிகளை வாங்க வைத்து விடுபவன்.

பாஸ்கர் தன்னுடைய முழுச்சட்டைக் கையை மடித்து விட்டுக் கொண்டே கதவைத் திறந்து கொண்டு வெளியே வந்தான்.

"என்ன வேலுச்சாமி... நல்லாயிருக்கியா...?"

"இருக்கேன்யா... அம்மா வீட்ல இல்லீங்களா...?"

"இல்லை... சொந்தத்துல ஒரு வீட்டு கிரஹப்பிரவேசம். திரும்பறதுக்கு மத்தியானமாயிடும். என்ன காய்கறி வேணும்கிற லிஸ்ட் என் கையில இருக்கு... எடுத்து வை..."

"சொல்லுங்கய்யா..."

"ஒரு கிலோ நாட்டுத் தக்காளி, சின்ன சைஸ் முட்டைகோஸ், அரைக் கிலோ கேரட், வெண்டைக்காய் பிஞ்சாய் இருந்தா ஒரு கால் கிலோ. பத்து ரூபாய்க்குக் கருவேப்பிலை, கொத்துமல்லி. லிஸ்ட் இவ்வளவுதான்..."

"இதோ எடுத்து வெச்சுடறேன்ய்யா..." சொன்ன வேலுச்சாமி ஒரு பெரிய காகிதக் கவரைப் பிரித்து வைத்துக் கொண்டு லிஸ்டில் இருந்த காய்கறிகளை அளந்துபோட ஆரம்பித்தான். பாஸ்கரன் அப்போதுதான் வேலுச்சாமியின் முகவாட்டத்தைக் கவனித்தான்.

"என்ன வேலுச்சாமி முகம் ஒரு மாதிரியிருக்கு. உடம்பு சரியில்லையா?"

"நல்லாத்தான்ய்யா இருக்கேன்..."

"நீ நல்லாயில்லைன்னு உன்னோட முகமே சொல்லுதே... சொல்லு... வீட்ல ஏதாவது பிரச்னையா...?"

"அய்யா... அது வந்து..."

"எது இருந்தாலும் பரவாயில்லை வேலுச்சாமி... சொல்லு...!"

வேலுச்சாமி சில விநாடிகள் தயக்கமாய் இருந்துவிட்டு மெல்லிய குரலில் பேச்சை ஆரம்பித்தான்.

"அய்யா... எம் பொஞ்சாதி மஞ்சுளாவுக்கு இருதயத்துல ஏதோ பிரச்னை. நடந்தா மூச்சு வாங்குதுன்னு சொல்றா. டாக்டர்கிட்டே கூட்டிட்டுப் போய்க் காட்டினேன். அவர் டெஸ்ட் பண்ணிப் பார்த்துட்டு, ஒரு ஸ்கேன் எடுக்கணும்னு சொன்னார். ஸ்கேன் எடுக்க எவ்வளவு ஆகும்ன்னு கேட்டேன்.

அவர் நாலாயிரம் ரூபாய் வரைக்கும் ஆகும்ன்னு சொன்னார். இது திடீர் செலவுதான். இருந்தாலும் சமாளிச்சுடுவேன். ஆனா என்னோட பயமெல்லாம் மஞ்சுளாவுக்குப் பெரிசா ஏதும் இருந்துடக் கூடாதேங்கிறதுதான்... கல்யாணமான இத்தனை வருஷத்துல ஒருநாள் கூட நோய்ன்னு சொல்லிப் பாயில் சாஞ்சதுகூட இல்லை. இன்னைக்குப் படுத்துட்டா...” வேலுச்சாமி பேசப் பேசவே அவனுக்குத் தொண்டை அடைத்தது. கண்களில் நீர் பளபளத்தது.

பாஸ்கரன் சில விநாடிகள் மௌனமாய் இருந்துவிட்டு, வேலுச்சாமியின் அருகில் போய் தோளின் மேல் கையை வைத்தான்.

“என்ன வேலுச்சாமி இதுக்குப் போய் பயந்துட்டே? இன்னிக்கு ஹார்ட்ல வர்ற எந்த ஒரு பிரச்னையையும் சரி செய்யற அளவுக்கு டாக்டர்களோட திறமை இருக்கு. இந்த மாதிரி நேரத்துலதான் நீ தைரியமா இருக்கணும்... ஸ்கேன் எடுக்க எவ்வளவு பணம் செலவாகும்ன்னு டாக்டர் சொன்னார்...? நாலாயிரம்தானே... நான் தர்றேன்...”

“வேண்டாங்கய்யா... நான் பணத்துக்கெல்லாம் ஏற்பாடு பண்ணிட்டேன்.”

“ஏற்பாடுன்னா... என்ன கடன்தானே...?”

வேலுச்சாமி தயக்கமாய் தலையாட்டினான்.

“ஆமாங்கய்யா....”

“நீ யார்கிட்டேயும் கடன் வாங்க வேண்டாம். அந்தப் பணத்தை நான் தர்றேன்...”

“வேண்டாங்கய்யா...!”

“பேசாதே... லிஸ்ட்டைப் பார்த்துக் காய்கறியைப் போட்டு வை. நான் இப்ப வந்துடறேன்.” சொன்ன பாஸ்கரன் மறுபடியும் வீட்டிற்குள்ளே சென்று இரண்டு ரோஸ் நிற கரன்ஸியோடு வந்தான். வேலுச்சாமியிடம் நீட்டினான்.

“ம்... வாங்கிக்க...!”

"ரொம்பவும் நன்றிங்கய்யா…" கண்களில் மின்னும் நீரோடு பணத்தை வாங்கிக் கொண்டான் வேலுச்சாமி.

அன்று இரவு.

சோபாவில் சாய்ந்து உட்கார்ந்து டி.வியில் ஐ.பி.எல் கிரிக்கெட் மேட்சை ஆர்வமாய்ப் பார்த்துக் கொண்டிருந்த பாஸ்கரனுக்கு முன்பாய் வந்து நின்றாள் அவனுடைய மனைவி பவித்ரா.

"என்னங்க…?"

டி.வி திரையினின்றும் பார்வையை எடுக்காமல் "சொல்லு…" என்றான்.

"பீரோவிலிருந்து பணம் எடுத்தீங்களா…? ரெண்டு ரெண்டாயிரம் ரூபாய் நோட்டு குறையுது."

பாஸ்கரன் பவித்ராவை ஓர் அவசரப் பார்வைப் பார்த்தபடி சொன்னான்: "ஸாரி பவி… உன்கிட்ட சொல்ல மறந்துட்டேன். நான்தான் பணத்தை எடுத்தேன்."

"அப்படியென்ன அவசரச் செலவு…?"

"அது வந்து… நமக்குத் தினசரி காய்கறி தர்ற வேலுச்சாமிக்குத்தான் பணத்தைக் கொடுத்தேன்."

பவித்ராவின் இயல்பான முகம் மாறியது.

"அவனுக்கு எதுக்காக அவ்வளவு பணத்தைக் கொடுத்தீங்க…?"

"பாவம் பவி…"

"என்ன பாவம்…?"

பாஸ்கரன் ஒரு நிமிஷ நேரத்தைச் செலவழித்துக் காலையில் நடந்த சம்பவத்தைச் சொல்ல, பவித்ராவின் முகத்தில் சிறிது சிறிதாய் கோபத்தின் சிவப்பு ஏறியது. ரிமோட் கண்ட்ரோலை எடுத்து டி.வியின் திரையை இருட்டாக்கிவிட்டுக் கணவனுக்கு எதிராக நாற்காலியைப் போட்டுக் கொண்டு உட்கார்ந்தாள்.

"நேத்து வரைக்கும் உங்களுக்குப் பொறுப்பு இருக்குன்னு நினைச்சிட்டிருந்தேன். இன்னிக்கு இல்லைன்னு நீங்களே நிரூபிச்சுட்டீங்க..."

"என்ன பவி... இப்படிப் பேசறே...?"

"பேசாமே என்னங்க பண்றது... காய்கறி வியாபாரம் பண்ற வேலுச்சாமிக்கு எவ்வளவோ பிரச்னை இருக்கும். அதையெல்லாம் தீர்த்து வைக்கிறதுக்கு நாம யாரு...?"

"பாவம்... அவனோட ஒய்ஃப்புக்கு ஹார்ட்ல ஏதோ பிரச்னை. ஸ்கேன் எடுக்கணும்ன்னு சொன்னான்."

"சொன்னா... அப்படியே அதை வார்த்தைக்கு வார்த்தை நம்பி நாலாயிரம் ரூபாய் பணத்தைத் தாரை வார்த்துடறதா...?"

"வேலுச்சாமியைப் பார்த்தா பொய் சொல்றவன் மாதிரி தெரியலை பவி...!"

"சரி... அவன் உண்மையைச் சொன்னதாகவே இருக்கட்டும். அவன்தான் ஸ்கேன் எடுக்கப் பணத்தை ஏற்பாடு பண்ணியிருக்கேன்னு சொன்னானே... அப்படியே விட்டுட வேண்டியதுதானே... எதுக்காக வலியக் கொண்டு போய் நம்ம பணத்தைத் தரணும்...?"

"எனக்கு மனசு கேட்கலை பவி. வேலுச்சாமி பணத்துக்கு ஏற்பாடு பண்ணியிருக்கேன்னு சொன்னானே தவிர, பணம் நிச்சயமாய்க் கிடைக்கும்ன்னு அவன் சொல்லலை..."

"அதைப் பத்தி நமக்கு என்னங்க... அவன் பணம் வேணும்ன்னு உங்ககிட்டே கேட்டானா...?"

"இல்லை..."

"அப்புறம் எதுக்காகக் கொடுத்தீங்க...?"

"என்ன பவி... இப்படி இரக்கம் இல்லாமேப் பேசறே...? கடந்த மூணு வருஷ காலமாய் ஒரு நாள்கூட தவறாமே அந்த வேலுச்சாமி நம்ம குடும்பத்துக்குக் காய்கறி

கொடுத்துட்டிருக்கான். அவனுக்குக் கஷ்டம்ன்னு ஒண்ணு வரும்போது நாம உதவி செய்யறதுல என்ன தப்பு...?"

"அவன் தர்ற காய்கறிக்குத்தான் அப்பப்பவே பணத்தைக் கொடுத்துறோமே... அவன் என்ன இலவசமாவா தர்றான்...?"

"இப்படிப் பேசினா எப்படி பவி...?"

"இதோ பாருங்க... நான் வீட்ல இல்லைங்கிறதை அவன் தெரிஞ்சு வெச்சுகிட்டு ஒரு சீனை க்ரியேட் பண்ணிப் பணம் நாலாயிரத்தை உங்ககிட்டயிருந்து கறந்துட்டான்..."

பாஸ்கரன் பெருமூச்சு விட்டான்.

"சரி... சரி... அவன் உண்மையைச் சொல்றானோ இல்லை பொய்யைச் சொல்றானோ... அது எதுவாவோ இருந்துட்டுப் போகட்டும். நாளைக்குக் காலையில அவனை நீ பார்க்கிறப்ப, அவன் மனசு கஷ்டப்படற மாதிரி ஏதும் பேசிடாதே. அந்த நாலாயிரம் ரூபாயை ஏதாவது செலவு பண்ணிட்ட மாதிரி நினைச்சுக்குவோம்."

"நான் எதுக்குக் கேட்கப் போறேன்... நீங்க அவனுக்குப் பணம் கொடுத்த விஷயமே தெரியாத மாதிரி நான் நடந்துக்கிறேன். இனிமேலாவது யாராவது உதவின்னு கேட்டா உணர்ச்சிவசப்படாமே இருக்கப் பழகிக்குங்க. ஆம்பளைகளுக்கே புத்திசாலித்தனம் கொஞ்சம் கம்மியாத்தான் இருக்கும்ன்னு எங்கம்மா சொன்னது சரியாத்தான் இருக்கும் போலிருக்கு..."

பவித்ரா முனகிக் கொண்டே எழுந்துபோய் விட, பாஸ்கரன் ஐ.பி.எல் கிரிக்கெட்டையும் பார்க்க மறந்து போனவனாய் அப்படியே உட்கார்ந்திருந்தான்.

'வேலுச்சாமி தன்னுடைய பிரச்சனையைச் சொன்னபோது 'அப்படியா...?' என்று கேட்டுவிட்டு அதோடு விட்டிருக்கலாம்.'

'பணத்தைக் கொடுத்து இருக்கக் கூடாது.'

மறுநாள் காலை எட்டரை மணி.

பாஸ்கரன் உள்ளே டைனிங் டேபிளில் உட்கார்ந்து சாப்பிட்டுக் கொண்டிருந்தபோது, வாசலில் "அம்மா..." என்ற குரல் கேட்டது.

காய்கறி விற்கும் வேலுச்சாமியின் குரல்தான் அது.

பவித்ரா சமையலறையிலிருந்து புயல்காற்று மாதிரி வெளிப்பட்டாள். "நீங்க சாப்பிட்டுகிட்டு இருங்க... நான் அவன்கிட்டே பேசிக்கிறேன்."

"பவி... பார்த்துப் பேசு... பணத்தைப் பத்தி ஏதும் கேட்டுடாதே..."

"அவன் எப்படிப் பேசறான்ங்கிறதைப் பொறுத்து நான் பேசிக்கறேன்." பவித்ரா சொல்லிக் கொண்டே வாசலை நோக்கிப் போனாள். வண்டியை முட்டுக்கொடுத்து நிறுத்திக் கொண்டிருந்த வேலுச்சாமி பவித்ராவைப் பார்த்ததும் சொன்னான்.

"அம்மா... நீங்க கேட்ட பிஞ்சுக் கத்திரிக்காயைக் கொண்டு வந்திருக்கேன்."

"இன்னிக்கு ஒண்ணும் வேண்டாம். பிரிட்ஜ் ரொம்பி வழியுது. காய்கறி வெக்க இடமில்லை. ரெண்டு நாளைக்கு வராதே...!"

"ஒரு கால் கிலோவாவது வாங்கிக்கோங்கம்மா. தொண்டாமுத்தூர் தோட்டத்துக் காய்..."

"வேண்டாம்ன்னா விடு... அடுப்புல வேலையிருக்கு..."

"சரிங்கம்மா..." தலையாட்டிய வேலுச்சாமி உள்ளே போக முயன்ற பவித்ராவைத் தன்னுடைய தயக்கமான குரலால் நிறுத்தினான்.

"அம்மா..."

பவித்ரா நின்று திரும்பிப் பார்த்தாள்.

"என்ன...?"

"அய்யா... ஏதும் சொன்னாராம்மா...?"

"ஒண்ணும் சொல்லலையே... ஏன் என்ன விஷயம்?"

"என்னோட பொஞ்சாதி மஞ்சுளாவுக்கு ஒரு ஸ்கேன் எடுக்கிறதைப் பத்தி நேத்து அய்யாகிட்டே சொன்னேன். அய்யா உடனே நாலாயிரம் ரூபா பணத்தை எடுத்துக் குடுத்து வெச்சுக்கோன்னு சொன்னார். நான் ஏற்பாடு பண்ணிக்கறேன்னு சொல்லியும் அவர் கேட்கலை. அரை மனசோடு வாங்கிக்கிட்டேன். அய்யா பணம் குடுத்த ராசியோ என்னவோ, நேத்து ராத்திரி எட்டு மணி சுமார்க்கு ரொம்ப நாளா எனக்கு வரவேண்டிய பழைய பாக்கி அஞ்சாயிரம் ரூபாயை ஒருத்தர் கொடுத்தார். அதனால..." என்று சொன்னவன் தன்னுடைய சட்டைப் பையிலிருந்த இரண்டு இரண்டாயிரம் ரூபாய்களை எடுத்து பவித்ராவிடம் நீட்டினான்.

"இதை அய்யாகிட்டயே குடுத்துடுங்கம்மா..."

பவித்ரா சில விநாடிகள் திகைத்துப் பிறகு கேட்டாள்.

"அப்படீன்னா... உனக்கு இந்தப் பணம் வேண்டாமா...?"

"வேண்டாம்மா... அதான் ஸ்கேன் எடுக்கத் தேவையான பணம் எனக்குக் கிடைச்சாச்சே..."

"சரி... கொண்டா..." பணத்தை வாங்கிக் கொண்டாள் பவித்ரா. வேலுச்சாமி கேட்டான்.

"நாளைக்குக் காய்கறி வேண்டாமாம்மா...?"

"நான்தான் ரெண்டு நாளைக்கு வேண்டாம்ன்னு சொன்னேனே...?"

"சரிங்கம்மா..."

வேலுச்சாமி வண்டியைத் தள்ளிக் கொண்டு நகர்ந்துவிட, பவித்ரா வேக வேகமாய் வீட்டுக்கு வந்தாள். டிஃபன் சாப்பிட்டு முடித்து வாஷ்பேசினில் கையைக் கழுவிக் கொண்டிருந்த பாஸ்கரன் கேட்டான்.

“என்ன சொன்னான் வேலுச்சாமி...?”

புன்னகை ததும்பும் முகத்தோடு பவித்ரா அந்த இரண்டு இரண்டாயிரம் ரூபாய் நோட்டுகளையும் பாஸ்கரனின் முகத்துக்கு நேரே பிடித்தாள்.

“நாம கஷ்டப்பட்டுச் சம்பாதிச்சு பணம் நம்மகிட்டயே வந்துடுச்சு...”

“எப்படி...?”

“அவனுக்கு வரவேண்டிய பழைய பாக்கிப் பணம் ஏதோ வந்துடுச்சாம். அதனால பணத்தைத் திரும்பவும் கொண்டு வந்து கொடுத்துட்டான்.”

“பார்த்தியா... அவனைப் போய் சந்தேகப்பட்டியே...?”

“இனிமேத்தான் நீங்க ஜாக்கிரதையாய் இருக்கணும்.”

“பவி... நீ என்ன சொல்றே...?”

“அவன் சின்ன மீனைப் போட்டுப் பெரிய மீனைப் பிடிக்கப் பார்க்கிறான்...”

“எனக்குப் புரியலை...”

“உங்ககிட்டயிருந்து ஒரு பெரிய தொகையை வாங்கறதுக்கான அஸ்திவாரம் இது... சீக்கிரமே உங்க முன்னாடி வந்து நிப்பான் பாருங்க...”

“எனக்கு அப்படி தோணலை...”

“உங்களுக்கு எப்பத்தான் எதுதான் சரியாத் தோணியிருக்கு. ஒரு மணி நேரம் உட்கார்ந்து பாடம் எடுத்தாத்தானே உங்களுக்கு எல்லாமே புரியும்...”

பவித்ரா அலட்சியமாய்ச் சொல்லிக் கொண்டே கையில் வைத்து இருந்த ரூபாய் நோட்டுகளோடு பீரோவை நோக்கிப் போனாள்.

அதற்குப் பிறகு வந்த பத்து நாட்கள் கரைந்து காணாமல் போயிருக்க, அன்றைக்கு மாலை பாஸ்கரன் ஆபீஸிலிருந்து

வந்து மாற்று உடைக்கு மாறிக் கொண்டிருந்த போது, பவித்ரா காப்பி ததும்பும் டம்ளருடன் நெருங்கினாள்.

"என்னங்க... உங்களுக்கு விஷயம் தெரியுமா...?"

"என்ன...?"

"வேலுச்சாமி பத்து நாளா காலையில காய்கறி வண்டியோட ஏன் வரலை தெரியுமா?"

"ஏன்...?"

"அவனோட ஒய்ஃப் மஞ்சுளாவுக்கு ஹார்ட்ல சின்னதா ஒரு ஆப்ரேஷன் நடந்திருக்கு..."

"பை-பாஸ் சர்ஜரியா...?"

"இல்லீங்க, 'ஸ்டண்ட்'ன்னு ஒரு டிவைஸ் பொருத்தியிருக்காங்களாம். போன் பண்ணிச் சொன்னான்."

"எந்த ஹாஸ்பிடல்...?"

"வாணி நர்ஸிங் ஹோம்..."

"பில் எகிறியிருக்குமே...?"

"கிட்டத்தட்ட ஒரு லட்சம் ஆச்சாம். ஆனா அவனோட அதிர்ஷ்டம் பாருங்க... அவன் பணத்துக்காக அலைஞ்சு திரிஞ்சிட்டிருந்த சமயத்துல, யாரோ ஹாஸ்பிடல் பில்லுக்குப் பணம் கட்டிட்டுப் போயிருக்காங்களாம். அவன் அதிர்ஷ்டசாலிங்க..."

"அதிர்ஷ்டசாலி வேலுச்சாமியில்லை...?"

"பின்னே...?"

"நாந்தான்..."

"என்ன சொல்றீங்க... அதிர்ஷ்டசாலி நீங்களா...?"

"ஆமா... நான் நாலாயிரம் கொடுத்ததுக்கே என் மேல சீறி விழுந்த என்னோட ஒய்ஃப், அவளோட அப்பாகிட்ட போய் ஒரு லட்ச ரூபாயை வாங்கிட்டுப் போய் வேலுச்சாமியோட ஹாஸ்பிடல் பில்லை செட்டில் பண்ணியிருக்காளே.

இப்படிப்பட்ட ஒரு மனைவி கிடைக்க நான் அதிர்ஷ்டம் பண்ணியிருக்கணுமா இல்லையா...?"

பவித்ராவின் புருவங்கள் வியப்பில் உயர்ந்தன.

"இ...இ... இது... உங்களுக்கு எப்படித் தெரியும்...?"

"கணவன் - மனைவிக்குள்ளே எந்தவிதமான ஒளிவு மறைவும் இருக்கக் கூடாதுன்னு நினைக்கிற என்னோட மாமனார், நான் ஆபீஸில் இருக்கும்போதே போன் பண்ணி என்கிட்டே சொல்லிட்டார்."

"யார்க்குமே விஷயம் தெரியக் கூடாதுன்னு சொல்லித்தான் அப்பாகிட்டே பணம் வாங்கினேன். அப்பா இப்படிப் போட்டுக் கொடுப்பார்ன்னு நான் எதிர்பார்க்கலை..."

"இதோ பார் பவி! உங்கப்பா என்கிட்டே சொன்னதில் எந்த ஒரு தப்பும் இல்லை. எனக்கு இதுல ஒரே ஒரு விஷயம்தான் சுத்தமாய்ப் புரியலை. நான் வேலுச்சாமிக்கு நாலாயிரம் ரூபாய் கொடுத்ததுக்காக என்னை வறுத்து எடுத்தே. ஆனா நீ ஒரு லட்ச ரூபாய் ஹாஸ்பிடலுக்கான பில்லை வேலுச்சாமிக்கே தெரியாமே கட்டிட்டு வந்திருக்கே... என்ன காரணம்...?"

பவித்ரா தலை குனிந்தபடி சொன்னாள்.

"காரணம்... அதே நாலாயிரம் ரூபாய்தான்..."

"என்ன சொல்றே...?"

"ஆமாங்க... வேலுச்சாமி உங்ககிட்டயிருந்து பணம் வாங்கறதுக்காகத்தான் தன்னோட ஒய்ஃப் மஞ்சுளாவுக்கு ஹார்ட் ப்ராப்ளம்ன்னு பொய் சொல்லியிருப்பான்னு நினைச்சேன். பணம் கொடுத்ததுக்காக உங்களையும் திட்டினேன். ஆனா, அடுத்த நாளே வேலுச்சாமி ஸ்கேன் எடுக்கத் தேவையான பணம் தனக்குக் கிடைச்சுருச்சுன்னு சொல்லி உங்ககிட்டயிருந்து வாங்கின அந்த நாலாயிரம் ரூபாயைத் திருப்பிக் கொடுத்தான். அப்படி அவன் எனக்குப்

பணம் கொடுத்தப்ப என் கன்னத்துல மாறி மாறி அறை விழுந்த மாதிரி இருந்தது.

நம்ம சொந்தத்துல நாம யார் யார்க்கோ கடன் கொடுத்திருக்கோம். அவங்களுக்கு இப்ப வசதி இருந்தாலும் வாங்கின கடனைக் கொடுக்க மனசில்லை. ஆனா, வேலுச்சாமிக்கு நீங்க அந்த நாலாயிரம் ரூபாயைக் கடனாக் கூடத் தரலை. உதவிப் பணமாய் நினைச்சுக் கொடுத்தீங்க. ஆனா வேலுச்சாமிக்குத் தேவையான பணம் கிடைச்சதுமே நீங்க கொடுத்த பணம் அவனுக்குப் பாரமாயிருச்சு. அடுத்த நாளே அதைத் திருப்பிக் கொண்டாந்து கொடுத்துட்டான். இப்படிப்பட்ட மனசு யார்க்கு வரும்...?

எனக்குள்ள நடந்த அந்த மனமாற்றம் உங்களுக்குத் தெரியக் கூடாதுங்கிறதுக்காக, வேலுச்சாமி மேலே கோபம் இருக்கிற மாதிரி உங்ககிட்டே காட்டிகிட்டேன். அதே நேரத்துல வேலுச்சாமியைப் பத்தித் தப்பா நினைச்சதுக்காகப் பிராயச்சித்தம் பண்ணவும் நினைச்சேன். அந்தப் பிராயச்சித்தம்தான் ஹாஸ்பிடல் பில்லை செட்டில் பண்ணினது...!”

கண்களில் நீர் பனிக்க பவித்ரா பேசி முடித்தாள்.

இப்போது பாஸ்கரனின் விழிகளிலும் நீர் பளபளத்தது.

பொய்த் தூக்கம்

கணேஷ் ஆபீஸ் புறப்பட்டுப் போகும் அவசரத்திலும், பவ்யா தீவிரமான சமையல் வேலையிலும் இருந்தபோது, டீபாயின் மேல் இடம் பிடித்திருந்த லேண்ட்லைன் டெலிபோன் தன் வாயைத் திறந்தது.

நிலைக்கண்ணாடி முன் நின்று கழுத்து டையை இறுக்கிக் கொண்டிருந்த கணேஷ் குரல் கொடுத்தான்.

"பவ்யா... போனை அட்டெண்ட் பண்ணி யார்ன்னு கேளு...!"

"நான் இங்கே வேலையாய் இருக்கேன்... என்னால இப்போ அடுப்பை விட்டு நகர முடியாது. நீங்களே எடுத்துப் பேசுங்க. உங்க அப்பா எங்கே...?"

"முன்னாடி வராந்தாவில் உட்கார்ந்து பேப்பர் படிச்சுட்டு இருக்கார்..."

"சுத்தம். அவர் வீட்டுக்குள்ளே இருந்தாலே டெலிபோன் அடிக்கிறது கேட்கலைன்னு சொல்லுவார். நீங்களே எடுத்துப் பேசிடுங்க. ஏதாவது முக்கியமான ஒரு காலாய் இருந்துடப் போவுது."

கணேஷ் கழுத்து டையை அவசர அவசரமாய் முடிச்சிட்டுக் கொண்டு வந்து டெலிபோனின் ரிஸீவரை எடுத்துக் காது மடலை உரசவிட்டான்.

“ஹலோ.”

மறுமுனையில் ஒரு பெண் குரல் கேட்டது. “மிஸஸ் பவ்யா இருக்காங்களா?”

“நீங்க...?”

“நான் ‘வைகறை’ குழந்தைகள் நலக் காப்பகத்தில் இருந்து அதனோட நிர்வாகி மணிமேகலை பேசறேன்.”

“என்ன சொன்னீங்க... வைகறை குழந்தைகள் நலக் காப்பகமா...?” கணேஷ் கேட்டுக் கொண்டிருக்கும்போதே சமையலறையிலிருந்து சூறாவளி மாதிரி வெளிப்பட்டாள் பவ்யா.

“அந்தப் போனை என்கிட்ட கொடுங்க.” கணவன் கணேஷின் கையில் இருந்த ரிஸீவரைப் பறித்துத் தன்னுடைய காதுக்கு ஒற்றினாள்.

“நான் பவ்யா பேசறேன்... நீங்க யாரு மணிமேகலை மேடமா?”

“ஆமா...”

“வணக்கம் மேடம்... நானே உங்களுக்குப் போன் பண்ணலாம்ன்னு இருந்தேன்... தேங்க்ஸ்... ஃபார் யுவர் காலிங்...”

“பவ்யா... நீங்க இன்னிக்குக் காப்பகத்துக்கு வர முடியுமா...?”

“என்ன விஷயம் மேடம்?”

“நீங்க எழுதிக் கொடுத்த அப்ளிகேஷன்படி ரெண்டு வயசு ஆண் குழந்தைங்க புதுசா காப்பகத்துக்கு வந்திருக்கு... நீங்க விருப்பப்பட்டா இன்னிக்கே வந்து பார்த்து ஏதாவது ஒரு குழந்தையை செலக்ட் பண்ணிக்கலாம்.”

“தேங்க்ஸ் ஃபார் யுவர் இன்ஃபர்மேஷன் மேடம்.”

“இன்னிக்கு எத்தனை மணிக்கு வர்றீங்க...?”

“சாயந்திரம் ஒரு அஞ்சு மணிக்கு வரட்டுமா மேடம்...?”

“வாங்க வெயிட் பண்றேன்... லேட் பண்ணிடாதீங்க. சாயந்திரம் ஆறு மணிக்கு மேல எனக்கு வேற ஒரு புரோக்ராம் இருக்கு. நான் அதை அட்டெண்ட் பண்ணனும்.”

“நோ மேடம்... வி வில் பி தேர் ஷார்ப்லி அட் ஃபைவ் பி.எம்.” பவ்யா பேசிவிட்டு ரிஸீவரை வைத்தாள். நெற்றி லேசாய் வியர்த்து மினுமினுப்பாய்த் தெரிந்தாள். கணேஷ் அவளையே கூர்மையாய்ப் பார்த்துக் கொண்டு கேட்டான்.

“சாயந்தரம் அஞ்சு மணிக்கு நீ எதுக்காக அந்த வைகறை குழந்தைகள் நலக் காப்பகத்துக்குப் போறே?”

பவ்யா அவஸ்தையாய் வார்த்தைகளை மென்று விழுங்கிவிட்டுச் சொன்னாள்.

“நான் மட்டும் அங்கே போகலை. நீங்களும் வர்றீங்க...!”

“என்ன உளர்றே?”

“என்ன மறந்துட்டீங்களா... போன மாசம் நம்ம பத்தாவது வெட்டிங் அனிவர்ஸரியைக் கொண்டாடும்போது நாம ரெண்டு பேரும் பேசி என்ன முடிவெடுத்தோம்...? ‘இனி நமக்குக் குழந்தை பாக்கியமில்லை. ஒரு ரெண்டு வயசு ஆண் குழந்தையைத் தத்து எடுத்துக்கிட்டு, அந்தக் குழந்தைக்கு நாம அம்மா, அப்பா ஆக வேண்டியதுதான்’னு சொன்னீங்களா இல்லையா...?”

“ஆமா... சொன்னேன்...!”

“நீங்க சொல்லிட்டு அந்த விஷயத்தை உங்க ஆபீஸ் வேலை மும்முரத்துல மறந்துட்டீங்க. ஆனா நான் அது சம்பந்தமான வேலைகளை ஆரம்பிச்சேன். பத்து நாளைக்கு முன்னாடி இந்த ‘வைகறை’ குழந்தைகள் நலப் பாதுகாப்பு இல்லத்துக்குப் போய் அதை நிர்வாகம் பண்ற மணிமேகலை

அம்மாவைச் சந்திச்சு ரெண்டு வயசு ஆண் குழந்தை ஒண்ணைத் தத்து எடுக்க விரும்பறதாய்ச் சொல்லி, ஒரு லெட்டர் கொடுத்தேன். அதுக்கு அவங்க 'இப்போ இந்தப் பாதுகாப்பு இல்லத்துல ரெண்டு வயசு ஆண் குழந்தை இல்லை. அப்படி ஏதாவது குழந்தைகள் வந்தா உங்களுக்கு இன்ஃபார்ம் பண்றோம்'ன்னு சொன்னாங்க."

கணேஷ் முறைத்தான்.

"இப்போ... நீங்க கேட்ட ரெண்டு வயசு ஆண் குழந்தை இருக்கு... வாங்கன்னு சொல்றாங்க இல்லையா?"

'ஆமாம்' என்பது போல் தலையை ஆட்டி வைத்தாள் பவ்யா.

"நான் அன்னிக்கு ஏதோ மூட்ல சொல்லிட்டேன். அதை வேத வாக்கியமாய் எடுத்துக்கிட்டு எனக்குத் தெரியாமே சத்தம் இல்லாமே இத்தனைக் காரியத்தைப் பண்ணியிருக்கே...?"

பவ்யாவின் கண்களில் நீர் பளபளத்தது.

"நான் அப்படி என்னங்க தப்புக் காரியம் பண்ணிட்டேன். கடைசியா நாம வேலூர்ல ஒரு டாக்டரைப் பார்த்தோம். அவர் எல்லா டெஸ்ட்களையும் பண்ணிப் பார்த்துட்டு இனிமே உங்களுக்குக் குழந்தை பிறக்க 90 சதவீதம் வாய்ப்பில்லைன்னு சொன்னார். அதை மட்டும் அவர் சொல்லலை... 'இனிமே எந்த ஒரு டாக்டரையும் இது சம்பந்தமாய்ப் போய்ப் பார்த்து வீணா பணத்தைச் செலவழிக்காமே, ஒரு குழந்தையைத் தத்து எடுத்து அந்தக் குழந்தைக்கு 'அம்மா, அப்பா'ன்னு கூப்பிடற பாக்கியத்தைக் கொடுங்கன்னு' சொன்னார். அதெல்லாம் உங்களுக்கு மறந்திருக்காதுன்னு நினைக்கிறேன்...!"

கணேஷ் இரைந்தான்.

"எனக்கு எல்லாம் ஞாபகம் இருக்கு... இன்னும் ஒரு வருஷம் பார்த்துட்டுத் தத்து எடுக்கிறதைப் பத்திப்

பேசிக்கலாம்ன்னு இருந்தேன்... நீ அதுக்குள்ளே முந்திரிக் கொட்டைத்தனமாய்..."

"டேய் கணேஷ்... எம் மருமக பவ்யா சொல்றதுல என்னடா தப்பு...?"

தனக்குப் பின்பக்கம் குரல் கேட்டுத் திரும்பிப் பார்த்தான் கணேஷ்.

அவனுடைய அப்பா சுந்தரேசன் செய்தித் தாளும் கையுமாய் நின்றிருந்தார். கண்களில் கனல். வார்த்தைகளில் அதை வெளிப்படுத்தினார். "நானும் இன்னும் எத்தனை வருஷண்டா தாத்தா போஸ்டுக்காக வெயிட் பண்ணிட்டு இருக்கிறது... அந்த வேலூர் டாக்டரே பட்டவர்த்தனமாய்ச் சொல்லிட்ட பின்னாடி அப்புறமும் என்னடா யோசனை...?"

"அப்பா...! நான் என்ன சொல்ல வர்றேன்னா...?"

"நீ ஒண்ணையும் சொல்ல வேண்டாம். இன்னிக்குச் சாயந்தரம் அந்தக் குழந்தைகள் நலப் பாதுகாப்பு இல்லத்துக்கு..." என்றவர் பவ்யாவிடம் திரும்பி "அந்த இல்லத்துக்கு என்ன பேர் அம்மா?" கேட்டார்.

"வைகறை."

"ம்... வைகறைன்னா விடியல்...! கணேஷ், நீ எந்த மறுப்பும் சொல்லாமே பவ்யாவோட இன்னிக்குச் சாயந்தரம் கிளம்பி அந்தக் குழந்தையைப் போய்ப் பாரு..."

"நீங்களும் வாங்க மாமா" என்றாள் பவ்யா.

"வர்றேம்மா...! நான் வீட்ல உட்கார்ந்துட்டு என்ன பண்ணப்போறேன்? எனக்கும் பேரனாய் வரப்போற அந்தக் குழந்தையைப் பார்க்க ஆசையாய் இருக்காதா...?" என்றவர், கணேஷை நெருங்கி அவன் தோள் மீது பரிவோடு கையை வைத்தார்.

"மத்தியானம் பர்மிஷன் போட்டுட்டு சீக்கிரமாய் வந்துடு. பவ்யாவும் நானும் வெயிட் பண்ணிட்டிருக்கோம்!"

கணேஷ் பவ்யாவை ஓர் உஷ்ணப் பார்வையால் நனைத்துவிட்டு வீட்டினின்றும் வெளியேறினான்.

வைகறை குழந்தைகள் நலப் பாதுகாப்பு இல்லம் அடர்த்தியான வேப்ப மரங்களுக்கு நடுவில் ஒரு சிறிய கட்டடமாய்க் காட்சியளித்தது.

கணேஷ், பவ்யா, சுந்தரேசன் மூன்று பேரும் காரை விட்டு இறங்கி, நிர்வாகி மணிமேகலையின் அறையை நோக்கிப் போனார்கள். அங்கே வேலை செய்யும் இளம் பெண் ஒருத்தி எதிர்ப்பட்டாள்.

"அம்மா...! நீங்கதானே பவ்யா?"

"ஆமா..."

"அந்த ரூமுக்குள்ளே போய் உட்கார்ங்கம்மா. ஒரு குழந்தைக்கு உடம்பு சரியில்லைன்னு மணிமேகலையம்மா ஹாஸ்பிடலுக்குப் போயிருக்காங்க. ஒரு அரை மணி நேரத்துக்குள்ளே வந்துடுவாங்க... வெயிட் பண்ணுங்கம்மா."

அந்தப் பெண் சொல்லிவிட்டுப் போய்விட, கணேஷ் பவ்யாவின் காதருகே முணுமுணுத்தான்.

"ஆரம்பமே சரியில்லை...!"

பவ்யாவும் பதிலுக்கு முணுமுணுத்தாள். "உங்க கோபத்தையும் எரிச்சலையும் அந்தக் குப்பைக் கூடைக்குள்ளே போட்டுட்டுப் பேசாமே இருக்கணும். அந்த அம்மா வந்ததும் ஏடா கூடமாய் ஏதாவது பேசிப் பிரச்சனை பண்ணிடாதீங்க... இன்னிக்கு அந்தக் குழந்தையைப் பார்க்கிறோம். தத்து எடுக்கிறோம்...!"

"எனக்குப் பிடிச்ச மாதிரி இருக்கணும்...!"

"கண்டிப்பாய் உங்களுக்குப் பிடிக்கும்."

"பார்க்கலாம்."

மூன்று பேரும் உள்ளே போய் உட்கார்ந்தார்கள்.

சுந்தரேசனால் அந்த அறையில் ஒரு பத்து நிமிஷ நேரம்தான் உட்கார முடிந்தது. புழுக்கம் தாள முடியாமல் மேலே பார்த்தார்.

ஃபேன் இருந்த இடத்தில் அது அகற்றப்பட்டு வயர்கள் மட்டும் தெரிந்தன.

கணேஷ் சொன்னான்.

“அப்பா...நீங்க வேணுமின்னா வெளியே வேப்ப மரத்துக்கு அடியில் போட்டிருக்கிற அந்த சிமெண்ட் பெஞ்சில் போய் உட்காருங்க... எப்படியும் அந்த அம்மா வர ஒரு மணி நேரமாயிடும்.”

சுந்தரேசன் வெளியேறிப் போக, கணேஷ் பவ்யாவை ஒரு கோபப் பார்வை பார்த்தான்.

“இப்படியெல்லாம் காத்துட்டிருக்க வேண்டியிருக்கு. இது நமக்குத் தேவையில்லாத பனிஷ்மெண்ட்...!”

“சும்மா புலம்பாதீங்க... அந்த அம்மா உடம்பு சரியில்லாத ஒரு குழந்தையை ஹாஸ்பிடலுக்குக் கூட்டிட்டுப் போயிருக்காங்க. வாக்கிங்கோ, ஷாப்பிங்கோ போகலை...”

“தத்து எடுக்கிற விஷயத்துல உனக்கு இவ்வளவு பிடிவாதம் கூடாது.”

“அந்த அம்மா வர்ற வரைக்கும் கொஞ்சம் பேசாமே இருக்கீங்களா...? முடிஞ்சா வெளியே போய் உங்க அப்பாவுக்குக் கம்பெனி கொடுங்க...!”

“இப்பச் சொன்னியே, இது சரி...”

கணேஷ் வெளியே வந்தான். அப்பா ஒரு மரத்துக்குக் கீழே இருந்த சிமெண்ட் பெஞ்சில் முதுகைக் காட்டியபடி உட்கார்ந்து ஒரு வயதான பெண்ணிடம் பேசிக் கொண்டிருந்தார்.

‘யார் இந்தப் பெண்?’

குழப்பத்தோடு அப்பாவை நெருங்க முயன்றவன், அந்தப் பெண் பேசிய பேச்சைக் கேட்டுச் சற்றே மறைவாய் நின்றான்.

"அய்யா... உங்களுக்கு வயசாயிட்டாலும் நாப்பது வருஷத்துக்கு முன்னாடி பார்த்த அதே மாதிரியான முகம்தான் உங்களுக்கு. உங்க சம்சாரம் ரொம்ப அழகாய் இருப்பாங்க. பேரு கூட தாட்சாயிணி. சரிங்களா?"

சுந்தரேசன் சிரித்தார்.

"என்னைப் பத்தியும் என்னோட மனைவியைப் பத்தியும் சரியாச் சொல்றீங்கம்மா... ஆனா நீங்க யார்ன்னு தெரியலையேம்மா."

"பார்த்தீங்களா மறந்துட்டீங்க. நான்தான் சுந்தரி."

"சுந்தரின்னா...?"

அந்தச் சுந்தரி சிரித்தாள்.

"ரொம்பவும் மறந்துட்டீங்க... சரி... நான் இப்ப ஒவ்வொண்ணாக் கேட்டுக்கிட்டு வர்றேன். பதில் சொல்லுங்க... திருவான்மியூர்ல 'அரவணைப்பு'ங்கிற பேர்ல ஒரு குழந்தைகள் நலப் பாதுகாப்பு விடுதி இருக்கு தெரியுமா?"

"தெ... தெரியும்..." சுந்தரேசனின் குரலில் இப்போது நடுக்கம்.

"நாப்பது வருசத்துக்கு முன்னாடி நீங்களும் உங்க சம்சாரமும் அந்த விடுதிக்கு வந்து ஒரு ஆறு மாசக் குழந்தையைத் தத்து எடுத்தீங்களா, இல்லையா...?"

சுந்தரேசன் சரேலென்று எழுந்து நிற்க, அந்தச் சுந்தரி வெற்றிலைக் காவி படிந்த பற்களைக் காட்டிச் சிரித்தாள்.

"இப்போ ஞாபகம் வந்திருச்சுன்னு நினைக்கிறேன். அந்த ஆறு மாசக் குழந்தையைக் கையிலே தூக்கிக் கொடுத்தவளே நான்தான். அப்ப எனக்கு முப்பது வயசு...

அந்த 'அரவணைப்பு' விடுதியில் ஆயா வேலையிலிருந்து ஆபீஸ் வேலை வரைக்கும் நான்தான் பார்த்துட்டிருந்தேன்..."

சுந்தரேசன் வியர்த்துப் போயிருந்தார்.

"இ... இ... இப்ப ஞாபகம் வருது."

"அம்மா வரல்லீங்களா...?"

"அம்மா இறந்துட்டாங்க... பத்து வருசமாச்சு."

"தத்து எடுத்தீங்களே, அந்தப் பையனுக்கு இப்ப நாப்பது வயசு இருக்குமே?"

"ம்... நாற்பத்தியோரு வயசாச்சு."

"பையன் பேரு?"

"கணேஷ்குமார். கணேஷ்ன்னு கூப்பிடுவோம். தான் ஒரு தத்து எடுக்கப்பட்ட பையன்னு இந்த நிமிஷம் வரைக்கும் அவனுக்குத் தெரியாது."

―

மனசுக்குள் மழை

பூரபசர் சத்யதேவ் அந்தக் காலை வேளையில் தன்னுடைய வழக்கமான வாக்கிங்கிற்குத் தயாராகிக் கொண்டிருந்த போது, வேலையாள் சாமியப்பன் எதிரில் வந்து நின்று மெல்லக் குரல் கொடுத்தான்.

"அய்யா...!"

அந்த அறுபது வயது சத்யதேவ் நிமிர்ந்தார். முறையான உணவு, ஒரு நாளும் தவறாத நடைப்பயிற்சியின் காரணமாகவும், கொட்டாத தலைமுடியின் உபயத்தாலும் சற்று இளமையாய்த் தெரிந்தார். கான்வாஸ் ஷூக்களை முடிச்சிட்டுக் கொண்டே கேட்டார். "என்ன சாமியப்பா...?"

"அய்யா...! உங்களைப் பார்க்கிறதுக்காக ஒரு பெரியவரும் பையனும் வந்து இருக்காங்க... பார்த்தா பெரிய இடம் மாதிரி தெரியுது. முன்னாடி இருக்கிற ரூம்ல உட்கார்த்தி வெச்சிருக்கேன்!"

"சரி... நான் பார்த்துக்கிறேன்... நீ போ..." சொன்ன சத்யதேவ் தன்னுடைய அறையிலிருந்து வெளிப்பட்டு முன்னறைக்குப் போனார்.

முன்னாடி சோபாவில் ஐம்பத்தி ஐந்து வயது மதிக்கத் தக்க நபர் ஒருவரும், இருபத்தைந்து வயதில் இளைஞன் ஒருவனும் பார்வைக்குக் கிடைத்தார்கள். லாபங்களைக் கோடிகளில் பார்க்கும் பணக்கார ஆரோக்கிய முகங்கள். சத்யதேவைப் பார்த்ததும் எழுந்து நின்றார்கள்.

"வணக்கம் புரபசர் ஸார்..."

"வணக்கம்... நீங்க..?"

"என்னோட பேர் புண்ணியமூர்த்தி. இவன் என்னோட ஒரே மகன் அபிலாஷ்... 'புண்ணியம்' க்ரூப்ஸ் கம்பெனிகளுக்கு நான் மானேஜிங் ரைடக்டர். அபிலாஷ் எக்ஸிக்யூட்டிவ் டைரக்டர்."

புரபசர் சத்யதேவ் மலர்ந்தார். "ஓ...! புண்ணியம் க்ரூப்ஸ் கம்பெனிகள் உங்களோடதா...? பேப்பர்ஸ்லேயும், டி.வியிலேயும் நிறைய விளம்பரங்கள் பார்க்கிறேன். ப்ளீஸ்ட்... டூ... மீட்... யூ..."

சத்யதேவ் அவர்களின் கைகளைப் பற்றிக் குலுக்கிவிட்டு எதிரேயிருந்த சோபாவில் உட்கார்ந்தார்.

"என்ன விஷயம்... சொல்லுங்க... இவ்வளவு காலையில் என்னைப் பார்க்க வந்து இருக்கீங்க...?" சத்யதேவ் கேட்டுக் கொண்டு இருக்கும்போதே அவருடைய கையில் இடம் பிடித்திருந்த செல்போன் முணுமுணுத்தது. புண்ணியமூர்த்திக்கு ஒரு 'ஸாரி' சொல்லிவிட்டு செல்போனைத் தன்னுடைய காதுக்கு ஒற்றினார். 'ஹலோ' என்றவர் முகம் மலர்ந்தார்.

"சொல்லுங்க டாக்டர்."

மறுமுனையில் சத்யதேவின் நண்பர் டாக்டர் ஆத்மலிங்கம் பேசினார். "சத்யதேவ்...! யூ... ஆர்... கிரேட்... நீங்க சொன்ன மாதிரியே பேஷண்ட் சபாநாயகம் பிழைச்சுட்டார்."

"நான்தான் சொன்னேனே என்னோட 'FLR' தப்பு பண்ணாதுன்னு! நீங்கதான் நம்பலை. பேஷண்ட் பிழைக்க இருபது பர்சண்ட்தான் வாய்ப்பு இருக்குன்னு சொன்னீங்க.

38
மனசுக்குள் மழை

நான்தான் ‘FLR’-ல பார்த்துட்டு அவரோட தலையெழுத்து நல்லாயிருக்கு. தைரியமாய் ஆபரேஷன் பண்ணுங்கன்னு சொன்னேன். நீங்க பிடிவாதமாய் சான்ஸே இல்லைன்னு சொன்னீங்க. இப்ப என்னாச்சு...?”

“என்னோட தோல்வியை ஒத்துக்கிறேன்...! பயோ-டெக் கம்ப்யூட்டர் என்ஜினியரான நீங்க கண்டுபிடிச்ச அந்த FLR ஓர் அற்புதமான அதிசயம்...”

சத்யதேவ் சிரித்தார். “இப்பவும் சொல்றேன் கேட்டுக் குங்க ஆத்மலிங்கம்... அந்தப் பேஷண்ட் சபாநாயகம் இன்னமும் 22 வருஷம் உயிரோட இருப்பார். உங்க டயரியில் நோட் பண்ணி வெச்சுக்குங்க. இப்ப நான் ஒரு மீட்டிங்கில் இருக்கேன்... சாயந்தரமாய் காஸ்மாபாலிடன் கிளப்ல மீட் பண்ணும்போது டீடெய்ல்டாய் பேசுவோம்” சத்யதேவ் பேசிவிட்டு, செல்போனை அணைத்து இடது கையில் அதக்கிக் கொண்டு எதிரில் உட்கார்ந்திருந்த புண்ணியமூர்த்தியை ஏறிட்டார். “ஸாரி... அதுக்குள்ளே ஒரு போன். நீங்க வந்த விஷயத்தைச் சொல்லுங்க...!”

அந்தப் புண்ணியமூர்த்தி தயக்கத்தோடு பேச்சை ஆரம்பித்தார். “நீங்க இப்ப போன்ல பேசின அதே விஷயத்தைப் பத்திதான் பேச வந்து இருக்கிறோம்.”

“எனக்குப் புரியலை.”

“நீங்க ஏதோ FLRன்னு மனிதனோட தலையெழுத்து சம்பந்தமான பயோ-டெக் கம்ப்யூட்டரைக் கண்டுபிடிச்சு இருக்கீங்களாம். உண்மையா...?”

“உங்களுக்கு யார் சொன்னது...?”

“உங்களுக்குத் தெரிஞ்ச புரபசர் ஒருத்தர் எனக்கும் நண்பர், அவர்தான் சொன்னார்.”

“சரி! அதைப்பத்தி என்ன பேசணும்...?”

“நீங்க கண்டுபிடிச்ச அந்த FLR பயோ-டெக் கம்ப்யூட்டரை உலக அளவில் மார்க்கெட் பண்ண நாங்க

விரும்பறோம். அது சம்பந்தமாய் ஒரு பேச்சுவார்த்தை நடத்திட்டுப் போலாம்ன்னுதான்...!"

சத்யதேவின் முகம் ஓர் உடனடி கோபத்துக்கு உட்பட்டது.

"மிஸ்டர் புண்ணியமூர்த்தி! FLRங்கிறது நீங்க நினைக்கிற மாதிரி ஒரு வியாபாரப் பொருள் கிடையாது. நான் பண்ணின ஒரு பயோ - ரிசர்ச்சின் விளைவாய் கண்டுபிடிக்கப்பட்டதுதான் அந்த எஃப்.எல்.ஆர் கம்ப்யூட்டர். இது முழுக்க முழுக்க என்னுடைய பர்சனல் இன்வென்ஷன்."

அதுவரைக்கும் ஒன்றும் பேசாமல் இருந்த அந்த இளைஞன் அபிலாஷ் இப்போது வாய் திறந்து மெல்லிய குரலில் கேட்டான்.

"அது என்ன FLR?"

"FATE LANGUAGE REPORTER."

"அந்தக் கம்ப்யூட்டரை நாங்க பார்க்கலாமா?"

"பார்க்கலாம்... ஆனா பிசினஸ் பேசக் கூடாது." சொன்ன சத்யதேவ் அவர்கள் இருவரையும் வீட்டுக்குள் இருந்த ஓர் அறையை நோக்கிக் கூட்டிப் போனார்.

ஏ.ஸியின் ஜில்லிப்பில் உறைந்து போயிருந்த அந்த அறைக்குள் நவீன கம்ப்யூட்டர் ஒன்று ஃபைபர் உடம்பாலான ஒரு மெஷினோடு இணைந்து பார்வைக்குக் கிடைத்தது. புரபசர் சத்யதேவ் சொன்னார்.

"இதுதான் அந்த FLR"

புண்ணியமூர்த்தியும், அபிலாஷும் வியப்பான விழிகளோடு அந்தக் கம்ப்யூட்டரைப் பார்த்துக் கொண்டிருக்கும் போதே சத்யதேவ் FLR-ஐ உயிர்ப்புக்குக் கொண்டு வந்து அதனுடைய பிளாட்டரிலிருந்து வெளிப்பட்ட செவ்வக கிராஃபிகல் தாளை எடுத்து புண்ணியமூர்த்திக்கு முன்பாய் நீட்டிப் பிடித்தார்.

"இதைப் பார்த்தீங்களா?"

புண்ணியமூர்த்தியும் அபிலாஷும் அந்தத் தாளைப் பார்த்தார்கள். தாளில் கோணல் மாணலாய் கோடுகள்.

"என்ன இது?"

சத்யதேவ் புன்முறுவல் பூத்தார். "இது ஒருத்தரோட தலையெழுத்துன்னு சொன்னா நீங்க நம்புவீங்களா?"

"என்ன... இதுதான் தலையெழுத்தா...?"

"எஸ்... இது எனக்கு வேண்டப்பட்ட ஒருத்தரோட தலையெழுத்து. அவரோட பேர் சபாநாயகம். ஹார்ட் பேஷண்ட். ஹார்ட்டோட ரெண்டு வால்வுகள் பழுதுபட்ட நிலைமை. ஆபரேஷன் பண்ணினாலும் உயிர் பிழைக்க வாய்ப்பில்லைன்னு டாக்டர் ஆத்மலிங்கம் சொல்லிட்டார். ஆனா நான் சபாநாயகத்தோட தலையெழுத்துப்படி 22 வருஷம் உயிரோட இருப்பார்ன்னு சொன்னேன். டாக்டர் ஆத்மலிங்கம் நம்பலை. நம்பிக்கை இல்லாமலேயே ஆபரேஷன் பண்ணினார். ஆபரேஷன் சக்சஸ். இனி அவர் படிப்படியாய் உடம்பு தேறி 22 வருஷம் வரைக்கும் உயிரோட இருப்பார்."

அபிலாஷ் குறுக்கிட்டான்.

"இந்தத் தலையெழுத்துங்கிறதெல்லாம் பொய்ன்னு ஒரு 'கான்செப்ட்' இருக்கே?"

"எது பொய்...? நமக்கு முன்னாடி வாழ்ந்துட்டுப் போனவங்க சொன்னதுல எதுவுமே பொய்யில்லை. இன்னிக்கு விஞ்ஞானம் வளர்ந்திருக்கலாம். ஆனா நம்ம நாட்டின் இதிகாச கால நிகழ்ச்சிகளுக்கும் இப்போதைய விஞ்ஞானத்துக்கும் நெருங்கிய தொடர்பு இருக்கு. புஷ்பக விமானம்ங்கிறது ஒரு காலத்துல நம்ப முடியாத விஷயமாய் இருந்தது. ஆனா இன்னிக்கு ஆகாயத்துல பறந்துட்டு இருக்கோம். மகாபாரதப் போர் நடக்கும்போது போரின் நிகழ்வுகளைத் தேரோட்டி சஞ்சயன் தன் ஞானக் கண்ணால்

பார்த்துப் பார்வையற்ற திருதராஷ்டிரனுக்கு விவரிச்சான். இன்னைக்கு நாம டி.வியில லைவ் டெலிகாஸ்ட்ன்னு சொல்லப்படுகிற நேரடி ஒளிபரப்பை நாமப் பார்த்துட்டு இருக்கோம்.

அதே மாதிரி நம்ம முன்னோர்கள் மேல் உலகம் இருக்குன்னு சொன்னாங்க. இன்னிக்கு பூமி மாதிரியே ஒரு கிரகம் பால்வெளி மண்டலத்தில் இருக்கு என்கிறதை வானியல் வல்லுநர்கள் கண்டுபிடிச்சுட்டாங்க. அந்தப் பூமியில நம்மைப் மாதிரியே மனிதர்கள், உயிரினங்கள் இருக்க நூறு சதவீதம் வாய்ப்பு இருக்கிறதாய் சொல்றாங்க. இப்படி நம்ம முன்னோர்கள் இதிகாசக் காலங்களில் சொல்லிட்டு வந்ததெல்லாம் உண்மையாயிட்டு வரும்போது, தலையெழுத்து மட்டும் எப்படிப் பொய்யாய் இருக்க முடியும்? உண்மையில் ஒவ்வொரு மனுஷனுக்கும் பிறக்கும் போதே தலையெழுத்து எழுதப்பட்டிருக்கு.”

அபிலாஷ் குறுக்கிட்டுக் கேட்டான். குரலில் லேசாய்க் கேலி.

“சரி! அந்தத் தலையெழுத்து எங்கே எழுதப்பட்டிருக்கு... மண்டையோட்டுக்கு உள்ளேயா... வெளியேயா...?”

“நீங்க நினைக்கிற மாதிரி தலையெழுத்து மண்டை யோட்டுக்கு வெளியேயோ, உள்ளேயோ இருக்காது.”

“பின்னே...?”

“உண்மையில் தலையெழுத்துங்கிறது மனித மூளைக்குள் ஒருவித எலக்ட்ரானிக் ஓட்டங்களால் பதிவாகியிருக்கு... அந்த எலக்ட்ரானிக் ஓட்டத்தை நான் உருவாக்கியிருக்கிற இந்த FLR கம்ப்யூட்டர்க்குக் கொடுத்தால், அது அந்த எலக்ட்ரானிக் ஓட்டத்தை மொழியாய் மாத்தி ஒரு கிராஃபிக்ஸ் மாதிரி போட்டுக் கொடுத்துடும்.”

அபிலாஷின் கண்களில் இப்போது நம்பிக்கைத் தெரிந்து முகம் ஒரு வியப்புக்குள் விழுந்தது.

“ஓ.கே... புரபசர்... இந்தக் கிராஃபிக்ஸில் இருக்கிற கோடுகளைத் தலையெழுத்துன்னு சொல்றீங்க. இந்தக் கோடுகளை வெச்சுட்டு ஒருத்தரோட வாழ்க்கை எப்படி அமையும்ன்னு உங்களால சொல்ல முடியுமா?”

“இந்தத் தலையெழுத்தை வெச்சு ஒருத்தரோட ஆயுட்காலத்தைச் சொல்ல முடியும். அவன் எவ்வளவு காலம் உயிரோட இருப்பான்னு துல்லியமாய்ச் சொல்ல முடியும். ஆனா அவன் எப்படி சாவான்னு சொல்ல முடியாது. அந்த மரணம் இயற்கையானதாகவும் இருக்கலாம். விபத்தாகவும் இருக்கலாம். ஏன் தற்கொலையாகக் கூட இருக்கலாம்.”

“இந்த FLR கம்ப்யூட்டரை ஏன் பொதுமக்களோட உபயோகத்துக்காகக் கொண்டுவரக் கூடாது?”

“ஸாரி! பயோ-கம்ப்யூட்டர் விஞ்ஞானியான நான், ஒரு ஜோதிடராய் மாற விரும்பலை. அதுவும் இல்லாமே என்னோட ஆராய்ச்சி இன்னமும் முடியலை. இப்போதைக்கு ஒருத்தனுக்கு எவ்வளவு ஆயுள்ன்னு என்னால சொல்ல முடியுமே தவிர, தலையெழுத்துப்படி என்னென்ன நடக்கும்ன்னு என்னால சொல்ல முடியாது.”

புண்ணியமூர்த்தி சில விநாடிகள் மௌனமாய் இருந்துவிட்டுக் கேட்டார்.

“என்னோட ஆயுட்காலம் எவ்வளவுங்கிறதையும் என் மகன் அபிலாஷோட ஆயுட்காலம் எவ்வளவுங்கிறதையும் உங்க FLR மூலம் தெரிஞ்சுக்க முடியுமா...?”

“தாராளமாய்...! ஆனா...”

“என்ன ஆனா...?”

“நம்ம வாழ்க்கை சந்தோஷமாவும், சுவாரஸ்யமாவும் இருக்கறதுக்குக் காரணமே நம்முடைய மரணம் நமக்கு எப்போன்னு தெரியாமே இருக்கிறதால்தான். அதைத் தெரிஞ்சுகிட்டா நம்ம சந்தோஷம் காணாமே போயிடும். நானே இன்னமும் என்னோட தலையெழுத்தை FLR-க்குக் கொடுத்துப் பார்க்கலையே?”

“புரபசர் ஸார்! நீங்க சொல்றது உண்மைதான்! இருந்தாலும் நானும் என்னோட மகனும் பிஸினசில் இருக்கிறோம். எங்களுடைய ஆயுட்காலம் எவ்வளவுன்னு தெரிஞ்சுகிட்டு, அதுக்கு ஏத்த மாதிரி பிசினசை டெவலப் பண்ணுவோம். இது ஒரு திட்டமிடுதல் - அவ்வளவுதான். வாழ்க்கையை நாங்க ப்ராக்டிகலாய் பார்க்கிறதால எங்களுக்கு மரணத்தைப் பத்தின பயம் இல்லை.”

சத்யதேவ் புன்னகைத்தார்.

“இட்ஸ் ஓ.கே... நீங்க இவ்வளவு தெளிவாய் இருக்கும்போது, நான் மறுத்துப் பேசறது சரியில்லை. FLR கம்ப்யூட்டர்க்குப் பக்கத்தில் ஒரு ஃபைபர் சேர் இருக்கே... அதுல போய் உட்கார்ங்க. ரெண்டே நிமிஷத்துல உங்க தலையெழுத்தைப் பதிவு பண்ணி ஆயுட்காலம் எவ்வளவுன்னு பார்த்துடலாம்.”

“தேங்க்யூ புரபசர் ஸார்!” சொன்ன புண்ணியமூர்த்தி FLR கம்ப்யூட்டர்க்குப் பக்கத்தில் இருந்த ஃபைபர் நாற்காலியில் போய் உட்கார்ந்தார். அவருடைய தலைக்கு ஊதா நிறத்தில் இருந்த ஒரு ஹெல்மெட் மாதிரியான கருவியைப் பொருத்திய சத்யதேவ் ஃபெதர் பட்டன் ஒன்றை மெல்லத் தொட்டார். FLR கம்ப்யூட்டர் திரை உயிர்பெற்று ரிஸீவிங் எலக்ட்ரானிக் சிக்னல்ஸ் என்னும் வார்த்தையை உற்பத்தி செய்து காட்டியது.

சரியாய் இரண்டு நிமிடங்கள்.

‘ஃபேட் லாங்க்வேஜ் ரிஸீவ்ட்’ என்று சிவப்பு வண்ணத்தில் வாக்கியத்தைக் காட்டிவிட்டு, கம்ப்யூட்டரின் பிளாட்டர் வழியாகக் கோணல் மாணலாய் சில கோடுகளை அனுப்பியது. அந்தக் கம்ப்யூட்டர் தாளை எடுத்துச் சில விநாடிகள் உற்றுப் பார்த்த சத்யதேவ் புண்ணியமூர்த்தியை ஏறிட்டார்.

“இப்போ... உங்களுக்கு... என்ன வயசு?”

“ஐம்பத்தாறு.”

“நீங்க இன்னமும் முப்பது வருஷம் உயிரோட இருப்பீங்க. அதாவது உங்களோட எண்பத்தியாறாவது வயசுலதான் உங்களுக்கு மரணம்.”

புண்ணியமூர்த்தியின் முகம் மலர்ச்சிக்குப் போயிற்று. “அடுத்து வரப் போற முப்பது வருஷ காலத்துல நான் எவ்வளவோ சாதிக்கலாமே?”

அடுத்ததாய் அபிலாஷ் ஃபைபர் நாற்காலியில் உட்கார, அவனுக்கும் அந்த எலக்ட்ரானிக் ஹெல்மெட் பொருத்தப்பட்டது. பட்டன் அழுத்தப்பட இரண்டே நிமிஷம்! கம்ப்யூட்டர் பிளாட்டரிலிருந்து தாள் வெளிப் பட்டது. சத்யதேவ் அதை எடுத்துப் பார்த்துவிட்டு அபிலாஷை ஏறிட்டார்.

“இப்ப உங்களுக்கு என்ன வயது?”

“இருப்பத்தஞ்சு ஸார்...”

“நீங்க இன்னமும் எழுபது வருஷம் உயிரோட இருப்பீங்க. அதாவது தொண்ணூற்று ஐந்து வயதாகும்போதுதான் மரணம் எட்டிப் பார்க்கணும்...”

அபிலாஷின் முகம் முழுவதும் சந்தோஷம் பரவியது.

“ஓ மை காட்..! இவ்வளவு நீண்ட ஆயுசு எனக்கு இருக்கும்போது இந்தியாவிலேயே நெம்பர் ஒன் பிசினஸ் மேக்னட்டாய் மாறி, ஒரு தொழில் புரட்சியையே உண்டு பண்ணுவேன்...!”

“விஷ்... யூ... ஆல்... த... பெஸ்ட்...!” சத்யதேவ் அபிலாஷின் கைகளைப் பற்றிக் குலுக்கினார்.

இரண்டு வாரங்கள் கரைந்து போயிருக்க, அன்று மாலை புரபசர் சத்யதேவ் தன் வீட்டில் ஓய்வாய் இருந்தபோது, அவருடைய செல்போன் அழைத்தது. எடுத்து காதுக்கு ஒற்றினார்.

“எஸ்...”

"சத்யதேவ்...! நான் புண்ணியமூர்த்தி"

"சொல்லுடா புண்ணியம்... உன்னோட போனுக்காகத் தான் கடந்த பத்து நாளா வெயிட் பண்ணிட்டிருக்கேன். எப்படியிருக்கான் உம் பையன் அபிலாஷ்...?"

"ரொம்ப சந்தோஷமாய் இருக்கான். நல்லா ட்ரஸ் பண்ணி, நேரத்துக்குச் சாப்பிட்டு, ஒழுங்காய் பிசினஸை கவனிக்கிறான். பழையபடி கலகலப்பாகி ஃப்ரண்ட்ஸ்களுக்குப் போன் பண்ணிப் பேசறான். கடந்த ஆறுமாசக் காலமாய் அவன்கிட்டேயிருந்த மரண பயம் இப்போ இல்லை. பழைய அபிலாஷாய் மாறிட்டான்!"

"டேய்... புண்ணியம்...! இனிமேலாவது உன்னோட பையனை ஜோசியம், ஜாதகம், நாடி ஜோதிடம் பக்கம் போகாம பார்த்துக்க! அபிலாஷ் மாதிரியான பணக்காரப் பசங்களைப் பார்த்தாலே அது மாதிரியான ஆட்களுக்குக் கொண்டாட்டம்தான். வேணும்ன்னே ஆயுளில் தோஷம் இருக்கிறதாய்ச் சொல்லிப் பணம் பறிக்கிறதுக்காகப் பரிகாரம் பண்ணச் சொல்லுவாங்க. பணம் பறிப்பாங்க. இதனால போறது பணம் மட்டுமல்ல. மன நிம்மதியும்தான். அபிலாஷுக்குப் பிசினஸில் எவ்வளவோ சாதிக்கணுங்கிற வெறி இருக்கு. இந்த நிலைமையில் ஒரு நாடி ஜோஸ்யக்காரன் அவனுக்கு ஆயுள் தோஷம் இருக்குன்னு சொன்னா அவன் அப்செட் ஆகாம இருப்பானா? அவனால எப்படி நிம்மதியாய்ச் சாப்பிட்டுத் தூங்க முடியும். பிசினஸை ஒழுங்காய் கவனிக்க முடியும்?"

புண்ணியமூர்த்தி சிரித்தார்.

"அபிலாஷ் இனிமே ஜோசியம் பக்கம் எட்டிக்கூடப் பார்க்கமாட்டான். இப்ப அவன் நம்பறது உன்னோட FLR கம்ப்யூட்டரைத்தான்!"

சத்யதேவும் சிரித்தார். "எனக்கும் கடைசிவரை ஒரு பயம் இருந்தது. ஒரு சாதாரணக் கம்ப்யூட்டரை ஒரு பயோ-டெக்

கம்ப்யூட்டராய்க் காட்டி FLR, தலையெழுத்து, அது இதுன்னு சொன்னதை அபிலாஷ் நம்பியிருப்பானா உறுத்தல் இருந்துகிட்டே இருந்தது."

"சத்யதேவ்! நீ இந்தப் பயோ-டெக் கம்ப்யூட்டர் விஷயத்துல ஒரு பெரிய அறிவுஜீவின்னு இந்தியா பூராவும் தெரியும். நீ பொய் சொல்லுவேன்னு அபிலாஷ் ஒரு பர்சண்ட் சந்தேகப்பட மாட்டான். இந்தப் பொய்யை நீ கடைசிவரைக்கும் மெயின்டைன் பண்ணுனும்."

"டேய்... புண்ணியம்...! இந்த FLR பொய் கிடையாது. 2030-ல நடக்கப் போற நிஜம்...!" சொன்ன சத்யதேவ்வின் குரலில் ஏராளமான நம்பிக்கை தெரிந்தது.

அந்த ஏழு பேர்

முற்பகல் பதினொரு மணி.

திறந்த வெளி சிறைச்சாலையின் விவசாய நிலப்பகுதியில் கைதிகள் செய்து கொண்டிருந்த விவசாயப் பணிகளை மேற்பார்வையிட்டபடி நின்றிருந்த வார்டன் ஸ்டீபன் தனக்குப் பின்னால் எழுந்த 'ஸார்' என்ற குரல் கேட்டு திரும்பிப் பார்த்தார். அஸ்ஸோஸியேட் வார்டன் ருத்ரபதி நின்றிருந்தார்.

"என்ன ருத்ரபதி?"

"ஜெயிலர் உங்களைக் கூப்பிட்டார் ஸார்."

"அரைமணி நேரத்துக்கு முன்னாடிதானே அவர்கிட்ட பேசிட்டு இந்த ஸ்பாட்டுக்கு வந்தேன். சரி, நீங்க இங்கே இருந்து இவங்களை சூபர்வைஸ் பண்ணுங்க. நான் போயிட்டு வந்துடறேன்."

சொன்ன ஸ்டீபன் சற்றே வேகமான நடையில் சற்றுத் தொலைவில், ஒரு பழைய கட்டிடம் அருகே தெரிந்த சிறை நிர்வாக அலுவலக அறையை நோக்கிப் போனார். இரண்டு நிமிட நடையில் அறை சமீபிக்க படிகளில் ஏறி உள்ளே நுழைந்தார்.

ஜெயிலர் சக்ரபாணி ஓய்வுபெறும் வயதை நெருங்கிக் கொண்டிருந்தாலும், முறையாய் செய்து வரும் உடற்பயிற்சியின் காரணமாக முகத்தின் முதுமையை பத்து வயது குறைத்துக் காட்டினார். டையில் குளித்திருந்த அடர்த்தியான மீசை மேலுதட்டின் மேற்பரப்பை முழுவதுமாய் ஆக்ரமிப்பு செய்திருந்தது.

சல்யூட் அடித்து தளர்ந்த ஸ்டீபனைப் பார்த்து தனக்கு முன்பாய் வெறுமையோடு இருந்த நாற்காலியைக் காட்டினார். ஸ்டீபன் தயக்கத்தோடு நாற்காலியில் உட்கார்ந்ததும் கேட்டார்.

"ஓப்பன் பிரிஸன் சூபர்வைஸிங்கல இருந்தீங்க போலிருக்கு?"

"ஆமா ஸார்."

"பத்து நிமிஷத்துக்கு முன்னாடி கலெக்ட்ரேட்டிலிருந்து ஒரு லெட்டர் வந்திருந்தது. கலெக்டரோட பி.ஏ அனுப்பியிருக்கார். டேக் ஏ லுக்" என்று சொன்ன சக்ரபாணி ஒரு பழுப்பு நிற கவரை எடுத்து நீட்ட, ஸ்டீபன் குழப்பமான முகத்தோடு வாங்கிப் பிரித்து, டைப் அடிக்கப்பட்டிருந்த ஆங்கில வார்த்தைகளின் மேல் தன் பார்வையை மேயவிட்டார். படிக்க படிக்கவே தமிழாக்கம் மனதுக்குள் ஓடியது.

"ஒரு முக்கியமான பாதுகாப்புப் பணி குறித்து சிறைத்துறை மேலதிகாரியின் உடனடியான பார்வைக்காக இக்கடிதம் அனுப்பப்படுகிறது. வருகிற புதன் கிழமை அன்று பதினான்காம் தேதி மாலை மூன்று மணியளவில் அரசூர் அருகே உள்ள அட்சயா பொறியியல் கல்லூரியின் வெள்ளிவிழாவில் கலந்து கொள்வதற்காக, நமது குடியரசுத் தலைவர் வருகை தரவிருக்கிறார். அவருடைய பாதுகாப்புக்காக எல்லா முன்னேற்பாடுகளையும் செய்யும் பொருட்டு நேற்று அரசு அதிகாரிகள் அளவில் ஒரு கூட்டம்

நடத்தப்பட்டு அதில், முக்கியமான விஷயமொன்று விவாதிக்கப்பட்டது. அதாவது அட்சயா பொறியியல் கல்லூரியின் பிரதான கட்டிடம் நெடுஞ்சாலையை விட்டு மூன்று கிலோமீட்டர் தூரம் தள்ளி உள்ளே கட்டப்பட்டிருக்கிறது. கல்லூரிக்குப் போக முறையான சாலை வசதியிருந்தாலும், சாலையின் இரண்டு பக்கங்களிலும் பல்வேறு வகையான மரங்கள் உயரமாகவும், அடர்த்தியாகவும் வளர்ந்து நெருக்கமாக காணப்படுகிறது.

இப்படிப்பட்ட அமைப்பு குடியரசுத் தலைவரின் பாதுகாப்புக்கு ஒரு அச்சுறுத்தலாக இருக்குமோ, என்கிற எண்ணம் டெல்லியில் உள்ள 'பிரசிடென்ஷியல் செக்யூரிட்டி விங்' எனப்படும் கண்காணிப்பு குழுவுக்கு ஏற்பட்டு இருக்கிறது. எனவே அந்த மரங்களின் கிளைகளை வெட்டி அகற்ற வேண்டிய பணியை சிறைத்துறையிடம் ஒப்படைக்க முடிவுசெய்து உங்களுக்கு இந்தக் கடிதத்தை அனுப்பியுள்ளோம்.

எனவே உங்கள் சிறைச்சாலையில் உள்ள நன்னடத்தைப் பிரிவு 'D' கிரேடில் உள்ள கைதிகள் சிலரை அங்கே அழைத்துக்கொண்டு போய் அந்த மரங்களின் கிளைகளை வெட்டி அகற்றும் பணியை நாளை மாலை ஆறு மணிக்குள் முடித்துத் தரும்படி சிறைநிர்வாகத்தை மாவட்ட ஆட்சியர் அலுவலகம் கேட்டுக் கொள்கிறது."

வார்டன் ஸ்டீபன் கடிதத்தைப் படித்து முடித்து விட்டு ஜெயிலர் சக்ரபாணியை ஏறிட்டபடி மெல்லிய குரலில் பேச ஆரம்பித்தார்.

"ஸார்... போன வருஷம் இதே மாதிரியான ஒரு கோரிக்கைக் கடிதத்தை கலெக்ட்ரேட் நிர்வாகம் நமக்கு அனுப்பியிருந்தது.

அந்த ஏழு பேர்

அந்தக் கடிதத்துல கவர்னர் ஒரு பட்டமளிப்பு விழாவுக்கு போகப் போறதாகவும், அப்படி போகிற வழியில் ரோட்டோட டிவைடர்கள் அழுக்காய் இருக்கிறதால, அதுக்கு பெயிண்ட் அடிச்சு அழகுபடுத்த நன்னடத்தைப் பிரிவு 'D' கிரேடில் உள்ள பெயிண்ட் வொர்க் தெரிஞ்ச கைதிகள் சில பேரை அனுப்பி வையுங்கள்னு குறிப்பிட்டிருந்தாங்க. நாமளும் பெயிண்ட் வேலை தெரிஞ்ச ஒரு ஆறு 'D' கிரேடு கைதிகளை அனுப்பி வெச்சு அந்த வேலையை முடிச்சு கொடுத்தோம்."

"ஆமா எனக்கும் நல்லா ஞாபகமிருக்கு. ராத்திரி பத்து மணிக்கு வேலையை ஆரம்பிச்சு, விடியற்காலை நாலு மணிக்குள்ளே அந்த பெயிண்டிங் பூச்சை முடிச்சு கொடுத்தோம். கலெக்டரே நேரிடையா சிறைக்கு வந்து பாராட்டிட்டுப் போனார். இப்ப அவர் கேட்ட இந்த வேலையையும் முடிச்சு குடுத்துடலாம். 'D' கிரேடில் இப்ப எத்தனை கைதிகள் இருக்காங்க... ?"

"ரொம்பவும் நம்பகமான கைதிகள்ன்னா ஒரு ஏழுபேரு தேறுவாங்க ஸார்..."

"அவ்வளவுதானா?"

"இருபது பேர்க்கு மேல இருப்பாங்க ஸார். ஆனா அதுல நான் 'அப்ஸர்வ்' பண்ணி வெச்சிருக்கிற ஏழு பேரை மட்டும்தான் நம்பிக்கையோட வெளியே கூட்டிட்டு போய் அவங்க சொன்ன வேலையை முடிச்சு குடுத்து திரும்பவும் கூட்டிட்டு வரமுடியும்... !"

"யார் அந்த ஏழு பேர்?"

"ஒன் மினிட் ஸார்" என்று சொன்ன ஸ்டீபன் தன்னுடைய செல்போனை எடுத்து அதிலிருந்த ஒரு செயலியை 'கிளிக்' செய்துவிட்டு மெல்லிய குரலில் பெயர்களைப் படிக்க ஆரம்பித்தார்.

"சித்தோடு துரை, செங்காணி, கௌதமன், மாரிச்சாமி, குழந்தைவேலு, டேவிட் ஜாக், மேலப்பாளையம் ஹமீது. இந்த ஏழு பேரும்தான் இப்போதைக்கு ஹார்ம்லஸ் ஸார்."

"அதாவது 'எஸ்கேப் ரிஸ்க்' இல்லாத கைதிகள்ன்னு சொல்ல வர்றீங்க?"

"ஆமா ஸார்."

"யோசனை பண்ணி சொல்லுங்க ஸ்டீபன்? பிரச்னை இல்லாமே வேலையை செஞ்சு முடிப்பாங்களா?"

"நிச்சயமாய் ஸார்... கடந்த ஆறுமாச காலமாய் நான் பண்ணின கீன் அப்ஸர்வேஷன் ரிப்போர்ட்டின்படி இந்த ஏழு பேரையும் எந்த ஒரு ஓப்பன் கண்டிஷனுக்கும் கூட்டிப்போய் வேலை வாங்கலாம்... செக்யூர்ட்டி பர்ப்பஸுக்கு கூட ரெண்டு வார்டன்ஸை அனுப்பினாலே போதும்."

"சரி, அவங்க இப்ப எந்த வொர்க் ஸ்பாட்ல இருக்காங்க...?"

"ஓப்பன் பிரிசன் விவசாய நிலத்துல உரம் தெளிப்பு வேலையைப் பண்ணிட்டிருக்காங்க ஸார்."

"ஓ.கே! இன்னும் அரைமணி நேரத்துக்குள்ளே அந்த ஏழு பேரையும் பெரிய வேப்பமரத்துக்கு கீழே அசெம்பிள் பண்ண வெச்சுட்டு எனக்குத் தகவல் கொடுங்க..."

"எஸ்... ஸார்" ஜெயிலர் சக்ரபாணிக்கு ஒரு சல்யூட்டை கொடுத்துவிட்டு அறையினின்றும் வெளியேறினார் ஸ்டீபன்.

வெய்யிலின் உக்கிரத்தை வடிகட்டி, குளிர்ச்சியான நிழலைக் கொடுத்துக் கொண்டிருந்த அந்த அடர்த்தியான வேப்பமரத்துக்கு கீழே, ஏழு கைதிகளும் கைகளைக் கட்டியபடி பவ்யமாய் நின்றிருக்க, ஜெயிலர் அவர்களைப் பார்த்து குரலை உயர்த்திப் பேசிக் கொண்டிருந்தார். சற்றுத்தள்ளி வார்டன் ஸ்டீபன் நேர்பார்வையோடு விறைப்புடன் நின்றிருந்தார்.

"D கிரேடு பிரிவில் இருபதுக்கும் மேற்பட்ட நன்னடைத்தைக் கைதிகள் இருந்தாலும், அதிலிருந்து உங்க ஏழு பேரை மட்டும் செலக்ட் பண்ணி அரசூருக்கு அனுப்பப் போறோம்... அங்கே எது மாதிரியான வேலையைச்

செய்யணும்ன்னு வார்டன் சொல்லியிருப்பார்ன்னு நினைக்கிறேன்."

வரிசையில் முதல் நபராய் நின்றிருந்த கைதி செங்காணி தலையாட்டினான். "வார்டன் அய்யா எல்லாத்தையும் விபரமா சொன்னார்ங்கய்யா. எங்க ஏழு பேர்க்குமே மரம் ஏறத் தெரியுங்கய்யா. சித்தோடு துரையும், மேலப்பாளையம் ஹமீதும் தர்மபுரி மாந்தோப்புல ரெண்டு வருஷம் வேலை பார்த்திருக்காங்கய்யா. மாரிச்சாமியும், கௌதமனும் பாலக்காட்டுல தென்னமரம், பனமரம் ஏறி கள்ளு இறக்கி வியாபாரம் பண்ணியிருக்காங்க..."

"சரி... நாளைக்குக் காலையில ஆறு மணிக்கெல்லாம் இங்கிருந்து புறப்பட்டுடணும். அரசூர் இங்கிருந்து பதினோரு கிலோமீட்டர். ஸ்பாட்டுக்கு ஒரு இருபது நிமிஷ நேரத்துக்குள்ளே போயிடலாம். ஏழு மணிக்கெல்லாம் வேலையை ஆரம்பிச்சு, சாயந்தரம் நாலு மணிக்குள்ளே வேலையை முடிச்சுட்டு இங்கே அஞ்சு மணிக்குள்ள வந்துடணும். நீங்க ஏழு பேரும் செய்யப் போற இந்த ஒரு நாள் வேலைக்கு உங்க தண்டனைக் காலத்துல ஒரு வாரம் குறையும். அது தவிர மூணு வேளையும் நல்ல சாப்பாடும் ஆளுக்கு ஐநூறு ரூபாய் கூலியும் கிடைக்கும்..."

ஏழு பேரும் தரையில் விழுந்து கும்பிட்டார்கள். கைதி மாரிச்சாமி சொன்னான். "நீங்க இப்படிச் சொன்னது எங்களுக்கெல்லாம் ரொம்ப ரொம்ப சந்தோஷமாயிருக்கய்யா..."

"அதேமாதிரி... நாங்க சந்தோஷப்படற மாதிரி உங்க வேலையும் இருக்கணும்... அங்கே வெளியாட்கள் யார்கிட்டேயும் பேசக்கூடாது. உங்களுக்கு ஏதாவது வேணுமின்னா ஹெட் வார்டன்ஸ்கிட்டே சொல்லணும். அவங்க சொல்ற பேச்சை மீறி நடக்கக் கூடாது."

சித்தோடு துரை கைகளை உயர்த்தி கும்பிட்டான்.

“அய்யா... நாங்க இங்கே வர்றதுக்கு முந்தி நிறைய தப்பு பண்ணியிருக்கோம். ஆனா இங்கே வந்த பின்னாடி அந்தத் தப்பை நினைச்சு நினைச்சு அழுது எங்களை நாங்களே சுத்தம் பண்ணிகிட்டோம். இப்பெல்லாம் ஒரு சின்னப் பொய்யைக் கூட சொல்றதுக்கு நாக்கு கூசுதுங்கய்யா. நீங்க எது மாதிரியான வேலையைக் கொடுத்தாலும் சரி, அந்த வேலையை நாங்க ராத்திரி பகல்ன்னு பார்க்காமே செஞ்சு முடிக்க நாங்க தயாராய் இருக்கோம்ங்கய்யா...!”

ஜெயிலர் சக்ரபாணி ஒரு புன்முறுவலோடு தனக்கு பக்கத்தில் நின்றிருந்த வார்டன் ஸ்டீபனிடம் திரும்பினார்.

“ஸ்டீபன்.”

“ஸார்.”

“இவங்க ஏழு பேரையும் இன்னிக்கு ஒரே ப்ளாக்குல இருக்கிற செல்லில் போடுங்க. காலையில் ஆறு மணிக்கெல்லாம் குளிச்சு சாப்பிட்டு ரெடியானத்தான் அரசூர்க்கு சரியான நேரத்தில் போய்ச் சேர்ந்து, வேலையை ஆரம்பிக்க வசதியாய் இருக்கும்.”

“எஸ்... ஸார்.”

“பாதுகாப்பு பணிக்கு செக்யூர்டி கார்ட்ஸ் ரெண்டு பேர் போதுமா?”

“போதும் ஸார்.”

“யாரை அனுப்பலாம்?”

“டெப்டி வார்டன் ருத்ரபதியையும், ஹெட்வார்டன் கிருஷ்ணன் நாயரையும் அனுப்பிடலாம் ஸார்...”

“இட்ஸ் ஓ.கே... ஏற்பாடு பண்ணுங்க. நான் கலெக்டரோட பி.ஏவுக்கு மெஸேஜை அனுப்பிடறேன்.” ஜெயிலர் சொல்லிக் கொண்டே தன்னுடைய அறைக்கு நடக்க ஆரம்பித்துவிட, ஸ்டீபன் உத்யோகபூர்வமான

சல்யூட் ஒன்றைக் கொடுத்துவிட்டு கைதிகளிடம் வந்து அவர்களுக்கு முன்பாய் நின்று குரலை உயர்த்தினார்.

"நாளைக்கு காலையில் அஞ்சு மணிக்கெல்லாம் எந்திரிச்சு குளிச்சு சாப்பிட்டு ஏழுபேரும் ரெடியாகி ஆறு மணிக்குள்ளே வேன்ல வந்து உட்கார்ந்துடணும். யாரும் லேட் பண்ணிடக்கூடாது."

"சரிங்கய்யா."

ஏழு பேரும் மார்புக்கு குறுக்காக கைகளைக் கட்டி பவ்யமாய் தலைகளை ஆட்டினார்கள்.

நல்ல தூக்கத்தில் இருந்த ஜெயிலர் சக்ரபாணி தன்னுடைய செல்போன் வைபரேஷனில் உதறும் சத்தம் கேட்டு, போர்வையை விலக்கிக் கொண்டு எழுந்து உட்கார்ந்தார். சுவர் கடிகாரம் காலை 5.45 மணி நேரத்தைக்காட்டிக் கொண்டிருந்தது. பக்கத்தில் படுத்திருந்த அவருடைய மனைவி பத்மாவதி தூக்கக் குரலில் கேட்டார்.

"போன்ல இந்நேரத்துக்கு யார்ங்க?"

"வார்டன் ஸ்டீபன் கூப்பிடறார்." சொன்னவர் செல்போனின் பச்சை நிற டிக் மார்க்கைத் தேய்த்துவிட்டு காதுக்கு ஒற்றினார்.

"சொல்லுங்க ஸ்டீபன்."

"ஸாரி ஸார் டூ ஸே திஸ்... இன்னிக்கு அந்த ஏழு கைதிகளும் அரசூர்க்கு போய் அந்த ரோட்டோர மரங்களை வெட்ட முடியாது போலிருக்கு ஸார்..."

சக்ரபாணியின் உடல் ஒரு அதிர்ச்சியான நிமிர்வுக்கு உட்பட்டது.

"ஏன்... என்ன பிரச்னை?"

"நேத்திக்கு ராத்திரி கைதிகளுக்கு கொடுத்த சாப்பாடு ஃபுட் பாய்ஸனாகி அம்பதுக்கும் மேற்பட்டவங்களுக்கு

வயிற்றுப் போக்கும், வாந்தியும் ஏற்பட்டிருக்கு ஸார். அதுல நாம அரசூர்க்கு அனுப்ப இருந்த ஏழு கைதிகளும் பாதிக்கப்பட்டு ஜெயில் கேம்பஸீக்குள்ளே இருக்கிற ஹாஸ்பிடல்ல சேர்க்கப்பட்டிருக்காங்க. எல்லார்க்கும் ட்ரீட்மெண்ட் போயிட்டிருக்கு. மெடிக்கல் ஆபிஸர் சர்வேஸ்வரன் உடனடியாய் புறப்பட்டு வந்து ஸ்பாட்ல இருந்து மானிட்டரிங் பண்ணிட்டிருக்கார்."

சக்ரபாணி பதட்டமான குரலில் கேட்டார்.

"உயிர்ச்சேதம் ஏதும் இல்லையே?"

"இது மைல்ட் ஃபுட் பாய்ஸன்தான். பயப்பட வேண்டியதில்லை ஸார். ட்ரிப்ஸுக்கு அப்புறம் மெடிசன் சாப்பிட்டு ரெண்டு நாள் ஓய்வு எடுத்தா போதும்ன்னு சர்வேஸ்வரன் சொன்னார்."

"பிரஸ்ஸுக்கு நியூஸ் போகலையே?"

"இல்ல ஸார்... காலையில அஞ்சு மணிக்குத்தான் இந்த ஃபுட் பாய்ஸன் விஷயமே எனக்குத் தெரிய வந்தது."

"சரி இனியும் மீடியா பீப்பிள்ஸுக்கு தெரிய வேண்டாம். நான் உடனே புறப்பட்டு வர்றேன். வந்ததும் மேற்கொண்டு என்ன செய்யலாம்ன்னு பேசிக்கலாம்."

"எஸ்... ஸார்."

சக்ரபாணி செல்போனை மௌனமாக்கிவிட்டு எழுந்தார். அவருடைய மனைவி போர்வைக்குள்ளிருந்து கேட்டாள்.

"என்னங்க பிரச்னை... இப்ப எதுக்காக இவ்வளவு சீக்கிரத்துல கிளம்பிப் போறீங்க?"

"வந்து சொல்றேன்..."

"………………"

அடுத்த அரைமணி நேரத்திற்குள் சக்ரபாணி சிறை வளாகத்தில் இருந்த கேம்பஸ் ஹாஸ்பிடலுக்கும் போய்ச் சேர்ந்த போது, ஹாஸ்பிடலின் முன்னறையில் வார்டன் ஸ்டீபனும், மெடிக்கல் ஆபிஸர் சர்வேஸ்வரனும்,

பதட்டமான முகங்களோடு காத்திருந்தார்கள். அவரைப் பார்த்ததும் சல்யூட் அடித்து தளர்ந்தார்கள்.

சக்ரபாணி கேட்டார்.

"மொத்தம் எத்தனை பேர் ஃபுட் பாய்ஸனில் பாதிக்கப்பட்டிருக்காங்க?"

"அம்பத்தியெட்டு பேர் ஸார்." டாக்டர் சர்வேஸ்வரன் சொன்னார்.

"யாரும் அபாயக்கட்டத்துல இல்லையே?"

"இல்ல ஸார்... எல்லார்க்கும் ட்ரிப்ஸ் போயிட்டிருக்கு. அடுத்த ரெண்டு நாளைக்குள்ளே எல்லாருமே ரெக்கவர் ஆயிடுவாங்க. நோ நீட் டூ வொரி ஸார். பை த பை அந்த ஏழு பேரும் மரக்கிளைகளை வெட்டி அப்புறப்படுத்த வேண்டிய வேலைக்கு போக முடியாத நிலையில் இருக்காங்க... இந்த விஷயத்தை உடனே கலெக்டரேட்டுக்கு தெரியப்படுத்தணும்."

சக்ரபாணி தலையசைத்தார். "நான் கலெக்டரோட பி.ஏவுக்கு விஷயத்தை கன்வே பண்ணிட்டேன். அவரும் அந்த வேலைக்கு வேற ஒரு ஏற்பாட்டை பண்ணிட்டார். அதைப்பத்தி இனி நாம கவலைப்பட வேண்டியதில்லை." சொல்லிக் கொண்டே வார்டுக்குள் நுழைந்தவர் – அரை குறை சுய உணர்வோடு சிகிச்சையில் இருந்த எல்லாக் கைதிகளையும் பார்த்துவிட்டு ஒரு பெருமூச்சோடு சர்வேஸ்வரனை ஏறிட்டார்.

"யாரையும் ஜி.ஹெச் கொண்டு போக வேண்டிய அவசியம் இல்லையே?"

"இல்ல ஸார். இது ஒரு மைல்ட் ஃபுட் பாய்ஸன்தான். இன்னிக்கு மத்தியானத்துக்குள்ளே பாதி பேர்க்கு முழு சுய உணர்வு வந்துடும். அதுக்கப்புறம் ரெண்டு நாளைக்கு மூணு வேளையும் மாத்திரை எடுத்துக்கிட்டா போதும். தே வில் பீ ஆல்ரைட்."

“சரி, இந்த சம்பவம் தொடர்பான ஒரு மருத்துவ அறிக்கையை தயார் பண்ணி எனக்கு மெயில் பண்ணுங்க. நான் ஐ.ஜிக்கு அதை ஃபார்வேர்ட் பண்ணனும்.”

“இன்னும் ஒரு அரை மணி நேரத்துக்குள்ளே ரெடி பண்ணி அனுப்பிடறேன் ஸார்...”

சக்ரபாணியும், ஸ்டீபனும் மேலும் சில நிமிஷங்கள் வரை அங்கே இருந்துவிட்டு சற்றுத் தொலைவில் இருந்த நிர்வாகக் கட்டிடத்தை நோக்கி, மேற்கொண்டு எடுக்க வேண்டிய நடவடிக்கைகளைப் பற்றி பேசியபடி நடக்க ஆரம்பித்தார்கள்.

அவர்கள் இருவரும் பார்வையிலிருந்து மறையும் வரை பார்த்துக் கொண்டிருந்த மெடிக்கல் ஆபிஸர் சர்வேஸ்வரன், அதற்குப் பிறகு, ஆள் அரவமற்ற அந்த நீண்ட வராந்தாவில் நடந்து, ஒரு தூணுக்கு அருகே போய் நின்று கொண்டு தன்னுடைய செல்போனை எடுத்து சிறை ஐ.ஜி தரணிபதியின் செல்போன் எண்ணைத் தேய்த்துவிட்டு காதுக்கு ஒற்றினார்.

மறுமுனையில் ரிங் போய் குரல் கேட்டது.

“எஸ்.”

சர்வேஸ்வரன் குரலைத் தாழ்த்தினார்.

“குட்மார்னிங் ஸார்...”

ஐ.ஜி தரணிபதி மெலிதான சிரிப்போடு பேச ஆரம்பித்தார்.

“குட்மார்னிங் டாக்டர்... ஜெயிலர் சக்ரபாணியும் வார்டன் ஸ்டீபனும் பக்கத்துல இல்லைன்னு நினைக்கிறேன்.”

“ஆமா ஸார்... இப்பதான் வந்து ட்ரீட்மெண்ட்ல இருக்கிற கைதிகளைப் பார்த்துட்டு ஜெயிலர் போனார். அவர் கூடவே வார்டனும் போயிட்டார்.”

“அவங்களுக்கு உங்க மேல எந்த சந்தேகமும் வரலையே?”

“வரலை ஸார்... என்னிக்காவது ஒருநாள் ‘ஃபுட் பாய்ஸன்’ சம்பவம் ஏற்படறது சாதாரண விஷயம்தானே?”

“அது சாதாரண விஷயம்தான். ஆனா ஒரு டாக்டரான நீங்களே ஃபுட்டை பாய்ஸனா மாத்தறது சாதாரண விஷயமில்லையே...?”

சர்வேஸ்வரன் சிரித்தார்.

“அந்தக் காரியத்தையும் நீங்க சொல்லித்தான் நான் செஞ்சேன் ஸார்...”

“அப்படி நான் சொல்லக் காரணம் நீங்க என்கிட்டே பகிர்ந்துகிட்ட அந்த அதிர்ச்சியான விஷயம்தான் டாக்டர். இப்பவும் நான் உங்ககிட்ட அதே சந்தேகத்தைத்தான் கேக்கப் போறேன். அந்த D கிரேடு கைதிகள் ஏழு பேரையும் மரக்கிளைகளை வெட்டற அந்த வேலைக்கு அனுப்பியிருந்தா அவங்க தப்பிச்சு போயிருப்பாங்கன்னு நினைக்கறீங்களா?”

“நிச்சயமாய்! அன்னிக்கு நான் சொன்னதைத்தான் இப்பவும் சொல்றேன் ஸார். போன மாசம் ஒரு மத்தியான நேரம் திறந்தவெளி சிறை விவசாய நிலத்தையொட்டி பயிர் பண்ணியிருக்கிற மூலிகைச் செடிகளை பார்க்க நான் போனப்ப அந்த ஏழு பேரும் விவசாய வேலைகளைப் பார்த்துட்டு, ஒரு மரத்துக்கு கீழே உட்கார்ந்து மத்தியான உணவை சாப்பிட்டுகிட்டே ஏதோ பேசிட்டு இருந்தாங்க. அந்த சமயத்துல செங்காணி மத்தவங்களைப் பார்த்து ‘அடுத்த தடவை ஜெயிலரும் வார்டனும் நம்மை வெளி வேலைகளுக்கு அனுப்பினா, நாம அதை பயன்படுத்திகிட்டு எப்படியாவது தப்பிச்சுடணும். அதுவரைக்கும் நாம இதே D கிரேடில் ரொம்பவும் நல்லவங்க மாதிரி நடிச்சாகணும். முக்கியமா கோபப்படக்கூடாது. வார்டனையும், ஜெயிலரையும் பார்த்தா கூழைக் கும்பிடு போடணும்.’ செங்காணி இப்படி பேசினதைக் கேட்டு அதிர்ந்து போயிட்டேன் ஸார். உடனடியாய் அந்த விஷயத்தை ஜெயிலர், வார்டன்கிட்டே சொல்லலாம்ன்னு நினைச்சேன்.

ஆனா ரெண்டு காரணத்துக்காக மௌனமாய் இருந்துட்டேன். முதல் காரணம் ஜெயிலர் சக்ரபாணி, வார்டன் ஸ்டீபன் ரெண்டு பேருக்குமே என்னைப் பிடிக்காது. சில கைதிகளோட மருத்துவ ரிப்போர்ட் விஷயத்துல அவங்க சொன்னபடி நான் ரிப்போர்ட் தரலைங்கிற கோபம் அவங்க ரெண்டு பேருக்குமே இருக்கு. ரெண்டாவது காரணம் செங்காணி உட்பட அந்த D கிரேடு கைதிகளுக்கும் என்மேல ஒரு வன்மம் வரும்... என்னிக்காவது ஒரு நாள் அவங்களாலே எனக்கு ஆபத்து வரலாம். அதனாலதான் போனமாசமே உங்களை தனிப்பட்ட முறையில் சந்திச்சு விஷயத்தைச் சொன்னேன். நீங்களும் நான் செஞ்சதுதான் சரின்னு சொல்லி, அந்த ஏழு பேரும் வெளிவேலைக்கு செல்லும் அவசியம் வரும் போது பார்த்துக்கலாம்ன்னு சொன்னீங்க. அந்த அவசியம் நேத்து வந்துடுச்சு ஸார்."

மறுமுனையில் ஐ.ஜி சிரித்தார்.

"எந்த ஒரு பிரச்னையையும் சால்வ் பண்றதுக்கு எப்படியும் ஒரு வழியிருக்கும். நமக்கு விஷயம் தெரிஞ்சுருச்சுங்கிற உண்மை அந்த ஏழு கைதிகளுக்கும் தெரியக்கூடாது... அதே நேரத்துல அவங்க நடிக்கிற மாதிரியே நாம்பளும் நடிக்கணும். ஜெயிலர், வார்டன் ரெண்டு பேருமே ஹானஸ்ட் பர்ஸன்ஸ்தான். ஆனா நம்ம டிபார்ட்மெண்டிலேயே ஒரு சில கறுப்பு ஆடுகள் இருக்கலாம். அவங்களுக்கும் வெளியுலகத்துக்கும் தெரியாமே புத்திசாலித்தனமா ஒரு காரியத்தை செஞ்சு, இந்தப் பிரச்சினைக்கு முடிவுகட்டத்தான் ஃபுட் பாய்ஸன் திட்டத்தை உங்ககிட்ட சொன்னேன். நீங்களும் அதை திறமையா செயல்படுத்தி நான் எடுத்த முயற்சிக்கு ஒத்துழைப்பைக் கொடுத்து இருக்கீங்க. அடுத்த அரைமணி நேரத்துக்குள்ளே இந்த ஃபுட் பாய்ஸன் சம்மந்தப்பட்ட ஒரு ஃபார்மல் ரிப்போர்ட்டை ஜெயிலர்க்கு அனுப்பிடுங்க. மத்ததையெல்லாம் நான் பார்த்துக்கிறேன்."

"ஸார்..."

"என்ன...?"

"அந்த ரிப்போர்ட்ல என்னன்னு எழுதறது?"

"கெட்டுப் போன கோதுமை மாவுன்னு தெரியாமே செஞ்ச சப்பாத்தியை சாப்பிட்டது, சில கைதிகளுக்கு ஒத்துக் கொள்ளாமே ஃபுட் பாய்ஸன் ஆயிடுச்சுன்னு எழுத வேண்டியதுதான். இதையெல்லாமா ஒரு டாக்டருக்கு சொல்லித் தரணும்?"

ஒரு சிறிய சிரிப்போடு சொன்ன ஐ.ஜி தரணிபதி மறுமுனையில் செல்போனை அணைத்தார்.

—

தண்டனை தப்பாது

"**அ**ண்ணா!"

டி.வியில் செய்தி பார்த்துக் கொண்டிருந்த ஜனார்த்தினம் தனக்குப் பின்பக்கம் குரல் கேட்டுத் திரும்பிப் பார்த்தான்.

அறைக்கதவு அருகே அவனுடைய தம்பி பூவராகவனும் தங்கைகள் பிரபாவும், மணிமாலாவும், கவலை ரேகைகள் படர்ந்த முகங்களோடு நின்றிருந்தார்கள். ரிமோட் கண்ட்ரோலை எடுத்து டி.வியின் வெளிச்சத்திரையை இருட்டாக்கிவிட்டு என்ன? என்பதைப் போல் அவர்களைப் பார்த்தான் ஜனார்த்தனம்

பூவராகவன் மெல்லிய குரலில் முனகினான்.

"லாயர் ரமணனும், ஆடிட்டர் ஞானசம்பந்தமும் புறப்பட்டு நம்ம வீட்டுக்கு வந்துட்டிருக்காங்க... அஞ்சு நிமிஷத்துக்கு முன்னாடிதான் போன் வந்தது."

ஜனார்த்தினம் உதட்டில் பரவிய ஒரு சின்ன புன்முறுவலோடு தலையசைத்தான்.

"வரட்டுமே?"

“என்னண்ணா... இவ்வளவு அலட்சியமா சொல்றே? உனக்கு டென்ஷனாய் இல்லையா?”

“எதுக்கு டென்ஷன்?”

“அப்பாவோட முதல் வருஷ திதி காரியமெல்லாம் நேத்திக்கு முடிஞ்சது. அதுக்கு அடுத்த நாள் அதாவது இன்னிக்கு அப்பா எழுதி வெச்ச உயிலை ஆடிட்டர் முன்னிலையில் லாயர் படிக்கப் போறார். இப்ப இருக்கிற சொத்து பூராவும் அப்பா தன்னோட சுய சம்பாத்தியத்துல சம்பாதிச்ச சொத்து. உயிலை அவர் எப்படி எழுதி வெச்சிருப்பாரோன்னு எங்களுக்கெல்லாம் மனசு பூராவும் ‘திக் திக்’ன்னு இருக்கு... ஆனா நீ மட்டும் அலட்டிக்காமே நிம்மதியா சோபாவுக்கு சாய்ஞ்சு உட்கார்ந்துட்டு டி.வி பார்த்துட்டிருக்கே?”

ஜனார்த்தனம் சோபாவை விட்டு எழுந்து வந்தான்.

“எதுக்காக டென்ஷன் படணும்..? சொத்தோட மதிப்பு பத்து கோடிக்கு மேல தேறும்... நம்ம நாலு பேர்க்கும் சொத்தை எப்படி பிரிச்சு எழுதி வைக்கணும்ன்னு அப்பாவுக்குத் தெரியாதா என்ன...? உயிலை எழுதறதுக்கு முன்னாடி அவர் பலதடவை யோசனை பண்ணியிருப்பார்.”

இரண்டு தங்கைகளில் ஒருத்தியான பிரபா தயக்கமான குரலில் “அண்ணா... நான் ஒரு விஷயம் சொன்னா நீ அதை தப்பா நினைக்கக் கூடாது..?” என்றாள்.

“என்ன சொல்லப் போறே?”

“அப்பாவோட மனசைப்பத்தி எனக்கு நல்லாவே தெரியும். அவர்க்கு உங்க மேலேயும், சின்ன அண்ணன் மேலேயும் கூடுதல் பிரியம். எனக்கும் மணிமாலாவுக்கும் இந்த சொத்தில் சரியான பங்கு கிடைக்காதுன்னு என்னோட மனசுக்குப் படுது. அப்படி ஒரு வேளை எங்களுக்கு சமமான பங்கு கிடைக்கலைன்னா, நீங்க ரெண்டு பேரும்தான் அதுக்கு ஒரு தீர்வை கொடுக்கணும்.”

அதுவரைக்கும் மௌனமாய் இருந்த பூவராகவன் கோபத்தோடு பிரபாவை ஏறிட்டான்.

"தீர்வுன்னா என்ன தீர்வு..?"

"எங்களுக்கு நியாயமா கிடைக்க வேண்டியதை பெரிய அண்ணனும் நீங்களும் பிரிச்சுத் தரணும்."

"இதோ பார்... அப்பா எப்படி உயில் எழுதி வெச்சிருக்காரோ அப்படித்தான் பிரிச்சுக்கப் போறோம். அதுல எந்த மாற்றமும் செய்ய முடியாது. அம்மா உயிரோட இருந்த காலத்திலேயே அப்பா உங்களுக்கெல்லாம் நிறைய நகைபோட்டு கல்யாணத்தைப் பண்ணியிருக்கார். அதெல்லாம் உனக்கும் மணிமாலாவுக்கும் ஞாபகம் இருக்கும்ன்னு நினைக்கிறேன்."

"அப்படீன்னு பார்த்தா நீங்க ரெண்டு பேரும் வெளிநாடு போய் படிக்கிறதுக்காக, அப்பா லட்சக் கணக்கில் செலவு பண்ணினாரே அதை எந்தக் கணக்குல சேர்த்துக்கிறது, சொல்லுங்கண்ணா?"

இன்னொரு தங்கையான மணிமாலா முகம் சிவந்து போனவளாய், ஏதோ பேச முயன்ற விநாடி வீட்டுவாசலில் கார் ஒன்று வந்து நிற்கும் சத்தம் கேட்டது.

பூவராகவன் பரபரத்தான்.

"லாயரும், ஆடிட்டரும் வந்துட்டாங்க போலிருக்கு. லாயர் மொதல்ல உயிலைப் படிச்சு முடிக்கட்டும். உயில்ல ஏதாவது பிரச்னையிருந்தா நாம நாலு பேரும் உட்கார்ந்து நிதானமாய் பேசித் தீர்த்துக்கலாம். அவங்களுக்கு முன்னாடி சண்டை போட்டா நமக்குத்தான் அசிங்கம்..."

காரினின்று லாயரும், ஆடிட்டரும் இறங்கி வாசற்படி ஏறி வர, நான்கு பேரும் செயற்கை புன்னகைகளோடு எதிர் கொண்டார்கள்.

"வாங்க ஸார்."

தண்டனை தப்பாது

லாயர் ரமணன், "ஸாரி... கொஞ்சம் லேட்டாயிடுச்சு" என்றார்.

"நோ ப்ராப்ளம் ஸார்... இன்னிக்கு திங்கட்கிழமை. மத்தியானம் பனிரெண்டு மணியிலிருந்துதான் நேரம் நல்லாயிருக்கு. இப்போ மணி பனிரெண்டரை. அமிர்தயோகம் வேற. நீங்க நல்ல நேரத்துலதான் புறப்பட்டு வந்து இருக்கீங்க." ஜனார்த்தனம் சொல்லிக்கொண்டே ஹாலில் போட்டிருந்த சோபாவைக் காட்டினான்.

லாயர் மெல்லச் சிரித்தபடி சொன்னார்.

"அப்பா கடைசியா வாழ்ந்த மாடி ரூமுக்குப் போயிடலாம். உயிலை அங்க வெச்சுத்தான் படிக்கணும்ங்கறது அவரோட ஆசை..."

"இப்படியொரு செண்டிமெண்ட் வேற அப்பாவுக்கு இருந்திருக்கா? இட்ஸ் ஓ.கே... வாங்க ஸார் அந்த ரூமுக்கே போயிடலாம்..."

ஆடிட்டர் ஞானசம்பந்தம் மாடிப்படிகளில் ஏறிக்கொண்டே ஜனார்த்தனம், பூவராகவன் இரண்டு பேரையும் பார்த்தபடி கேட்டார்.

"உயில் படிக்கப் போற இந்த நேரத்துல... உங்க ரெண்டு பேரோட ஃபேமிலியும்... வந்திருந்தா நல்லாயிருந்திருக்கும்..."

"அவங்களுக்கும் வர்றதுக்கு ஆசைதான் ஸார்... ஆனா அமெரிக்கா கனடாவோட எஜுகேஷன் சிஸ்டத்துல வெக்கேஷனைத் தவிர மற்ற நாட்களில் குழந்தைகளுக்கு லீவு கிடையாது. மீறி லீவு எடுத்தா ரேங்கிங் குறையும். அதனாலதான்... அவங்களை அங்கேயே விட்டுட்டு நாங்க மட்டும் வந்தோம்... மத்தபடி எந்த ஒரு காரணமும் இல்லை ஸார்."

"இட்ஸ்... ஓ.கே."

ஆறு பேரும் மாடிப்படிகளில் ஏறி சற்றே இருட்டான அந்த அறைக்குள் நுழைந்தார்கள்.

பூவராகவன் அனலாய் பெருமூச்சு விட்டான்.

"அப்பா... கடைசி வரைக்கும் இதே ரூம்ல ஒரு சிம்பிளான வாழ்க்கையை வாழ்ந்துட்டு போயிட்டார்."

ஜனார்த்தனம் சுவரில் கை வைத்து ஸ்விட்ச்களைத் தேய்க்க, சீலிங்கில் அப்பியிருந்த ஒரு ட்யூப்லைட்டும், ஒரு எல்.இ.டி குண்டுபல்பும் வெளிச்சம் பிடித்துக்கொண்டு ஒளிர்ந்தன. ஃபேன் ஒன்று மெல்ல வேகம் பிடித்து சுழன்றது.

எல்லாரும் நாற்காலிகளை எடுத்து போட்டுக்கொண்டு உட்கார்ந்தார்கள்.

லாயர் தன் கையோடு கொண்டு போயிருந்த ப்ரீப்கேஸைப் பிரித்து உள்ளேயிருந்து அரக்கு சீல் வைக்கப்பட்ட அந்த நீளமான ப்ரவுன் கவரை எடுத்தார். அனைவருக்கும் காட்டிக்கொண்டே சொன்னார்.

"இது போன வருஷம் டிசம்பர் மாதம் பத்தாம் தேதி எழுதப்பட்ட உயில். அதுக்கு அடுத்த நாளே ரெஜிஸ்டர் செய்யப்பட்டு, ஒரு கவர்ல போட்டு, சீல் வெச்சு ரெஜிஸ்ட்ரார் முன்னாடி என்கிட்டே உங்கப்பா பஞ்சலிங்கம் கொடுத்தார். அந்த நேரத்துல நம்ம ஆடிட்டர் ஞானசம்பந்தமும் இருந்தார். உங்க நாலு பேர்ல யார்க்காவது சந்தேகம் இருந்தா கவரை வாங்கிப் பார்த்து செக் பண்ணிக்கலாம். சீல் உடைஞ்சிருக்கா இல்லையான்னு பார்த்துக்கலாம்."

ஜனார்த்தனம் சிரித்தான்.

"என்ன லாயர் ஸார்... நீங்க எங்க ஃபேமிலி லாயர். உங்க மேல நாங்க சந்தேகப்படுவோமா... கவரைப் பிரிச்சு உயிலைப் படிங்க."

"உங்க நம்பிக்கைக்கு நன்றி" என்று சொன்ன லாயர் ரமணன் கவரின் வாய்ப்பகுதியில் இருந்த அரக்கு சீல்களை அகற்றிவிட்டு உள்ளே மடித்து வைக்கப்பட்டிருந்த இரண்டு

பக்க ஸ்டாம்ப் பேப்பர் தாள்களை வெளியே எடுத்தார். அதன் மடிப்புகளை சீராக்கிக் கொண்டு, நிதானமான குரலில் படிக்க ஆரம்பித்தார்.

"உயில் சாசனம்

2021-ம் வருடம் டிசம்பர் மாதம் பத்தாம் தேதி சென்னை அய்யப்பன்தாங்கல் பாரதி நகர் கதவு எண் 737-AB இலக்கமிட்ட விலாசத்தில் வசிக்கும் எஸ். பஞ்சலிங்கம் ஆகிய நான் நல்ல ஞாபகசக்தியுடனும், நல்ல உடல் மற்றும் மன நிலையிலும் இருந்து, தீர்க்கமாக ஆலோசனை செய்து, பிறர் தூண்டுதல், நிர்பந்தம் ஏதுவுமின்றி என் சுய விருப்பத்தின் பேரில் எழுதி வைத்த உயில் சாசனம் என்னவென்றால்...

எனக்கு இப்போது 81 வயதாகிறது. தற்சமயம் நான் அனுபவித்து வரும், எனது சுய சம்பாத்தியத்தில் சம்பாதித்த கீழ்க்காணும் சொத்தினைக் குறித்து, ஒரு உயில் சாசனம் எழுதி வைத்துவிட வேண்டும் என்று மனப்பூர்வமாக நான் விரும்புவதாலும், என்னுடைய ஜீவிய திசைக்குப் பிறகு கீழ்க்காணும் சொத்தினைக் குறித்து என்னுடைய வாரிசுகள் மற்றும் உறவினர்களிடையே வீண் சண்டை சச்சரவுகளும், மனஸ்தாபங்களும் வழக்குகளும் ஏற்பட்டுவிடக்கூடாது என்கிற நல்ல எண்ணத்தின் பேரிலும் இந்த உயில் சாசனத்தை எழுதி வைக்கிறேன்."

இந்த இடத்தில் உயிலைப் படிப்பதை நிறுத்திய லாயர் ரமணன் எல்லோரையும் மௌனமாய் ஒரு பார்வை பார்த்துவிட்டு வாசிப்பைத் தொடர்ந்தார்.

"என்னுடைய மனைவி சகுந்தலா இப்போது உயிரோடு இல்லை. எனக்கு பிரபா, மணிமாலா என்கிற இரண்டு குமாரத்திகளும், ஜனார்த்தனம், பூவராகவன் என்கிற இரண்டு குமாரர்களும் இருக்கிறார்கள். நான்கு பேரும் தத்தம் குடும்பங்களோடு அமெரிக்கா, கனடா, ஆஸ்திரேலியா, ஜெர்மனி போன்ற நாடுகளின் அந்தந்த நாட்டு குடிமகன்களாக

மாறிவிட்டார்கள். நான் சென்னையில் இங்கு தனியாய் வசித்து வருகிறேன். என்னுடைய சொந்த சம்பாத்தியத்தில் சேமித்த தொகைகளைக் கொண்டு சென்னையின் புறநகர்ப் பகுதியில் ஐந்து கிரவுண்ட் நிலம் வாங்கினேன். இப்போது நான் இருக்கும் வீடு இரண்டு கிரவுண்டில் கட்டப்பட்டது. இந்த சொத்துக்களின் ஒட்டுமொத்த மதிப்பு பத்து கோடி ரூபாய் வரைக்கும் இருக்கக் கூடும் என்று மதிப்பிடப்பட்டுள்ளது. எனது இரண்டு மகன்களும் மகள்களும் வெளிநாட்டு குடிமக்களாக மாறி, அங்கேயே தங்கிவிட்டார்கள். எனவே இந்த சொத்துக்களை அவர்களால் பராமரிக்க முடியாது என்பதால் இவைகளை விற்று வரும் பணம் முழுவதையும் பிரித்து, யார் யார்க்கு எவ்வளவு சேர வேண்டும் என்பதை இந்த உயில் சாசனத்தின் மூலம் உறுதிபடுத்த விரும்புகிறேன்.”

லாயர் ரமணன் படிப்பதை சில விநாடிகளுக்கு நிறுத்திவிட்டு, உதடுகளை ஈரப்படுத்திக் கொண்டு படிக்க ஆரம்பித்தார்.

“சொத்துக்களை விற்பதின் மூலம் எவ்வளவு பணம் வருகிறதோ, அந்த பணத்தை நான்கு பாகங்களாகப் பிரித்து ஒரு பாகத்தை நான் நோய்வாய்பட்டு பக்கவாதம் வந்து, படுக்கையில் விழுந்த போது, ஒரு வருட காலம் என்னை ஒரு குழந்தையைப் போல் பாவித்து, உணவு ஊட்டி, உடை மாற்றி, நொடிக்கு நொடி ‘அப்பா’ என்று அழைத்து என்னை கவனித்துக்கொண்ட ஹோம் நர்ஸ் சகாயமேரிக்கும், இன்னொரு பகுதியை இவ்வளவு பெரிய வீட்டை பராமரித்து சுத்தப்படுத்தி காவல் காத்து பாதுகாப்பு கொடுத்த செக்யூர்ட்டி வாட்ச்மேன் பொன்னுசாமிக்கும், மூன்றாவது பகுதியை, ஒரு நோயாளியான எனக்கு, எது மாதிரியான உணவை மூன்று வேளையும் தயாரித்து கொடுக்க வேண்டும் என்று அட்டவணைப் போட்டுக்கொண்டு ஆத்மார்த்தமான அக்கறையோடு சமைத்துக் கொடுத்த

ராஜாமணி அய்யர்க்கும், மீதியுள்ள ஒரு பாக பணத்தை நான்காகப் பிரித்து அதை சரிசமமாக என்னுடைய இரண்டு குமாரர்களுக்கும், இரண்டு குமாரத்திகளுக்கும் பிரித்து தரவேண்டியது. சொத்து என்னுடைய சுய சம்பாத்தியம் என்பதால் சொத்தின் பேரில் எந்தவித உரிமையோ, பாத்திய சம்பந்தங்களோ, பின் தொடர்ச்சியோ எக்காரணம் கொண்டும் கிடையாது. அவ்விதம் ஏதேனும் உரிமை கொண்டாடினாலும் அது எக்காரணம் கொண்டும் செல்லத்தக்கதல்ல. வழக்குகள் ஏதேனும் தொடர்ந்தாலும் அது இந்த உயில் சாசனத்தைக் கட்டுப்படுத்தாது."

லாயர் ரமணன் அந்த உயிலை மேற்கொண்டு படிக்கும் முன்பு ஜனார்த்தனமும், பூவராகவனும் ஆவேசமாய் பாய்ந்தார்கள். கையில் வைத்து இருந்த உயிலைப் பறித்தார்கள்.

பிரபாவும், மணிமாலாவும் முகம் இருண்டு போனவர்களாய் வயிறுகளை எக்கிக் கத்தினார்கள்.

"நாங்க வெளிநாட்டுல இருந்ததால அப்பாவை நல்லபடியா பார்த்துக்க முடியலை. அது உண்மைதான். அதுக்காக பெத்த குழந்தைகள்னு கூட பார்க்காமே இப்படியா உயிலை எழுதி வைக்கிறது?"

பூவராகவன் லாயரின் கையில் இருந்த ஸ்டாம்ப் பேப்பர் தாள்களை பறித்து தாறுமாறாய் கிழித்து கால்களுக்கு கீழே போட்டு மிதித்தான்.

லாயர் நான்கு பேரையும் பார்த்து மெலிதாய் ஒரு புன்முறுவல் பூத்தார்.

ஜனார்த்தனம் வெடித்தான்.

"என்ன ஸார் சிரிக்கறீங்க?"

"சிரிக்காமே என்ன பண்றது ஜனார்த்தனம்... உங்க அப்பா உங்களுக்கு எது மாதிரியான தண்டனை கொடுக்க நினைச்சாரோ... அதைக் குடுத்துட்டார்."

"தண்டனையா?"

"ஆமா... உணர்வு பூர்வமான தண்டனை. நான் அந்த உயிலை ஒரு ரெண்டு நிமிஷ நேரம் படிச்சிருப்பேன். அந்த ரெண்டு நிமிஷத்துல கடைசி ஒரு நிமிஷம் நீங்க நாலு பேரும் முகங்கள் இருண்டுபோய் பட்ட அவஸ்தையைத்தான் நான் உணர்வுபூர்வமான தண்டனைன்னு சொன்னேன். அந்த ஒரு நிமிஷ தண்டனையை உங்களுக்குக் கொடுக்கச் சொன்னதே உங்க அப்பாதான்."

"எதுக்காக... இப்படி?"

"நீங்க நாலு பேருமே க்ரீன் கார்டு வாங்கிகிட்டு, பெத்த அப்பாவை ஒரு பொருட்டா நினைக்காமே, வெளிநாட்டு குடிமக்களா மாறி, அங்கேயே செட்டிலானது அப்பாவுக்குப் பிடிக்கலை.வாரத்துக்கொரு தடவை செல்போன் வீடியோவில் மட்டும் ஒரு அஞ்சு நிமிஷம் பேசி 'அப்பா எப்படியிருக்கீங்க..? ஒழுங்கா மருந்து சாப்பிட்டு உடம்பை பத்திரமா பார்த்துக்குங்க'ன்னு சொல்லவா இவங்களை நான் பெத்தேன்னு என்கிட்ட அடிக்கடி கேட்பார். அந்தக் கேள்விக்கு என்னால பதில் சொல்ல முடியாது. காரணம் அவர் கேட்ட கேள்வி அர்த்தமுள்ள வலி நிறைஞ்ச கேள்வி."

"அப்படீன்னா எங்க மேல இருக்கிற கோபத்தைக் காட்டறதுக்காகத்தான் அப்பா இப்படியொரு உயிலை எழுதி வெச்சிருக்காரா?"

"அது கோபமில்லை... ஒரு தார்மீகமான ஆதங்கம்."

"லாயர் ஸார்... நீங்க என்னதான் சொன்னாலும் சரி... இந்த சொத்து எழுதி வைக்கிற விஷயத்துல அப்பா எங்களுக்கு ஒரு மிகப்பெரிய துரோகத்தைப் பண்ணிட்டார்..!"

"நீங்க நினைக்கிற மாதிரி உங்கப்பா உங்க நாலு பேர்க்கும் எந்த துரோகத்தையும் பண்ணலை. இப்ப கொஞ்ச நேரத்துக்கு முன்னாடி நான் படிச்ச உயில் ரிஜிஸ்டர் செய்யப்படாத ஒரு சாதாரணமான உயில். அந்த

உயிலில் சொல்லப்பட்டிருந்த வாசகங்கள் ஒரு நிமிஷ நேரத்துக்காகவாது உங்க மனசை உறுத்தணும்ங்கிறதுக்காக எழுதப்பட்டது. உங்க அப்பா சொல்லச் சொல்ல நான்தான் அந்த வாசகங்களை எழுதினேன். இனிமேல் நான் படிக்கப் போறதுதான் உண்மையான உயில்."

சொன்ன லாயர் ரமணன் தன்னுடைய ப்ரீப்கேஸை மறுபடியும் திறந்து அரக்கு சீல் வைக்கப்பட்டு இருந்த இன்னொரு நீளமான ப்ரவுன் நிறக் கவரை எடுத்தார்.

ஜனார்த்தனம், பூவராகவன், பிரபா, மணிமாலா நான்கு பேரும் அதிர்ச்சியில் உறைந்துபோய் நிற்க, லாயர் கவரின் வாயைப் பிரித்து உள்ளே இருந்த ஸ்டாம்ப் பேப்பர்களை எடுத்துக்கொண்டே புன்னகைத்தார்.

"இந்த அசலான உயிலில் அப்பா என்ன எழுதியிருக்கார்ன்னு நான் படிக்காமலேயே சொல்லிடறேன். சொத்துக்களை வித்து வர்ற பணத்தை அஞ்சு பங்காய் பிரிச்சு, அதுல நாலு பங்கு உங்க நாலு பேர்க்கும், மீதி இருக்கிற ஒரு பங்கை மூணாப் பிரிச்சு ஹோம் நர்ஸ் சகாயமேரி, செக்யூர்ட்டி வாட்ச்மேன் பொன்னுசாமி, சமையல்காரர் ராஜாமணி அய்யர்க்கும் எழுதி வெச்சிருக்கார். அதாவது சொத்தோட மதிப்பு பத்து கோடியாய் இருந்தா... உங்களுக்கு தலா இரண்டு கோடியும், மீதியிருக்கிற ரெண்டு கோடி அவங்க மூணு பேர்க்கும் கிடைக்கும். அதை அவங்க பிரிச்சு எடுத்துக்குவாங்க."

லாயர் சொல்லிவிட்டு நிதானமான குரலில் அந்த உண்மையான உயிலைப் படிக்க ஆரம்பிக்க, நான்கு பேரும் குற்ற உணர்ச்சியில் கவிழ்ந்து போன முகங்களோடு நின்றபடி கேட்க ஆரம்பித்தார்கள்.

ஒரு நள்ளிரவுத் தீர்ப்பு

அந்த நேஷ்னல் ஹைவேஸ் ரோட்டின் இடுப்புப்பகுதி, சட்டென்று ஓர் அசாதாரண வளைவுக்கு உட்பட்டு பக்கவாட்டில் திரும்பி, ஒரு ஸ்டேட் ஹைவேஸ் ரோடாக மாறி அமாவாசையின் இரண்டாவது நாள் இருட்டில் சாயம் போன ஒரு கருப்பு ரிப்பன் மாதிரி தெரிந்தது.

நேரம் நள்ளிரவு 1.45 மணி.

'க்க்ரக்க்... க்க்ரக்க்' என்கிற சத்தத்தோடு அந்த மூன்று சக்கர சைக்கிளை சிரமப்பட்டு ஓட்டிவந்த மாணிக்கம், குளிரான அந்த இரவு வேளையிலும், ஒரு வியர்வைக் குளியலுக்கு உட்பட்டிருந்தான். சாலையின் மறைவு ஓரமாய் சைக்கிளை நிறுத்தியவன், நான்கைந்து பெருமூச்சுகளை, வெளியேற்றி தன்னுடைய நுரையீரலை நார்மலான நிலைமைக்குக் கொண்டு வந்தான். தலைக்குச் சுற்றியிருந்த சிவப்புத் துண்டை எடுத்து முக வியர்வையை, அழுத்தமாய் துடைத்துக் கொண்டவன், கண்களை ஸ்லோமோஷனில் சுழற்றி சுற்றும் முற்றும் பார்த்தான்.

அந்த பிராந்தியத்தின் எல்லாத் திசைகளிலும் நிசப்தம் ஒரு கெட்டியான வஸ்துவைப் போல், உறைந்து

போயிருந்தது. நூறுமீட்டர் தள்ளி லேசான வெளிச்சத்தில் தெரிந்த, பிரதான ஹைவேஸ் சாலையில் மட்டும் சரக்கு லாரிகளின் வேகமான சீறல்கள், ஒரு சில விநாடிகளுக்கு காதில் விழுந்து தேய்ந்து பிறகு காணாமல் போயிற்று.

மாணிக்கம் ஒரு சில விநாடிகள் மௌனமாய் இருந்துவிட்டு, தன்னுடைய மூன்று சக்கர சைக்கிளை நெருங்கி, அதன் மையத்தில் தெரிந்த சதுரமான பலகையில், ஒரு பழைய துணியைப் போட்டு மறைத்து வைத்திருந்த அந்தப் பத்து கிலோ எடையுள்ள கருங்கல்லை சிரமப்பட்டு நகர்த்தினான். பிறகு மூச்சுப் பிடித்துத் தூக்கி மார்போடு அணைத்துக் கொண்டு அங்குலம் அங்குலமாய் நடைபோட்டு, சாலையின் நடுப்பகுதிக்கு வந்து, வெளிறிப் போயிருந்த டிவைடர் மஞ்சள் பெயிண்ட் கோடு அருகே வைத்தான்.

மூச்சிரைத்தப்படி சுற்றும் முற்றும் பார்த்து மறுபடியும் துண்டைத் தலையில் கட்டிக் கொண்டவன், பாலத்தின் மறைவுக்கு வந்து சினிமா போஸ்டர்கள் ஒட்டப்பட்டிருந்த சிமெண்ட் பில்லர்க்குப் பக்கத்தில் இருந்த திட்டில் சாய்ந்து உட்கார்ந்தான். 'ஒரு பீடியைப் பற்ற வைக்கலாமா' என்று யோசித்த விநாடி அவனுடைய சட்டைப் பாக்கெட்டில் இருந்த செல்போன் டயல் டோனை வெளியிட்டது.

எடுத்து அழைப்பது யாரென்று பார்த்தான். மறுமுனையில் அவனுடைய நண்பன் பத்ரி.

செல்போனை காதுக்குக் கொடுத்த மாணிக்கம் குரலைத் தாழ்த்தினான்.

"என்ன பத்ரி?"

"ஸ்பாட்டுக்கு போயிட்டியா?"

"ஸ்பாட்லதான் இருக்கேன்... ரோட்டுக்கு நடுவுல கல்லை வெச்சுட்டேன். பட்சி எதுவும் மாட்டலை. வெயிட் பண்ணிட்டிருக்கேன்."

“ஜாக்ரதை... போலீஸ் பேட்ரோலிங் வர்ற நேரம். மாட்டிக்கப் போறே..!”

“போலீஸ் வராத இடமா பார்த்துதான் கல்லைப் போட்டு இருக்கேன். நாளைக்கு முகூர்த்த நாளு... ஏதாவது ஒரு பணக்கார பட்சியாவே மாட்டும்ன்னு நினைக்கிறேன்.”

“ஒரு விஷயத்தை மனசுல வெச்சுக்க.”

“என்ன?”

“வர்ற பார்ட்டி டூ வீலர்ல வந்தாலும் சரி, ஃபோர் வீலர்ல வந்தாலும் சரி, கல்லைப் பார்த்துட்டு அவங்க கீழே இறங்கற வரைக்கும் பொறுமையா வெயிட் பண்ணு. அதுக்கப்புறமா மயக்க மருந்து ஸ்பிரேயரோட உன்னோட ஆட்டத்தை ஆரம்பிச்சுடு...”

“இதை நீ சொல்லணுமா என்ன?”

“சரி... ஸ்பிரேயர் என்ன பிராண்ட்?”

“மிஸ்டிக் லிவின்.”

“கொஞ்சம் ஹெவிதான்.”

“தெரிஞ்சுதான் வாங்கினேன். பட்சி மாட்டி வேலை முடிஞ்சதும் நானே உனக்கு போன் பண்றேன். நீ வழக்கமான ஸ்பாட்டுக்கு பைக்கோட வந்துடு...”

“சரி... கவனமா வேலையை முடி.”

மாணிக்கம் செல்போன் பேச்சை முடித்துக் கொண்டு ஒரு பீடியைப் பற்ற வைத்து புகை விட்டபடி, பில்லர் திட்டில் சாய்ந்து படுத்தபடி, சற்று தூரத்தில் சாலையின் நடுவில் மங்கலான வெளிச்சத்தில் தெரிந்த அந்தக்கல்லின் மேல் பார்வையை நிலை நிறுத்தினான்.

அந்த ஹோண்டா சிட்டி கார் எய்யப்பட்ட ஒரு ஈட்டியைப் போல் ஹைவேஸ் சாலையில் காற்றைக் கிழித்தபடி பாய்ந்துக் கொண்டிருக்க, ராகவ் மிரட்சி படர்ந்த விழிகளோடு எச்சில்

கூட்டி விழுங்கியபடி ட்ரைவிங் சீட்டில் இருந்த மனைவி மஹிமாவைப் பார்த்தான்.

"மஹி"

"ம்..."

"இது காரா... இல்ல ராக்கெட்டா... இந்த விரட்டு விரட்டறே... ஸ்பீடாமீட்டரைப் பாரு நூறைத் தாண்டுது."

" நூறுதானே?"

"இவ்வளவு ஸ்பீட் வேண்டாம் மஹி... கொஞ்சம் மெதுவாப் போ...?"

மஹிமா சிரித்தாள்

"என்னது... மெதுவாப் போறதா..? ஏர்போர்ட்டுக்கு இன்னும் அரைமணி நேரத்துல போய்ச் சேரணும்... ஃப்ளைட் எப்படியும் அடுத்த இருபது நிமிஷத்துக்குள்ளே லேண்ட் ஆயிடும். என்னோட அம்மாவும், அப்பாவும் ஃப்ளைட்டை விட்டு இறங்கி, பேக்கேஜை கலெக்ட் பண்ணிட்டு, வர்றதுக்குள்ளே நாம ஏர்போர்ட் போய் சேர்ந்தாகணும். கண்ணுக்கு எட்டின தூரம் வரைக்கும் ரோடு ட்ராஃபிக் இல்லாமே பாலைவனம் மாதிரி 'வெறிச்'சோன்னு இருக்கு... நூறு கிலோமீட்டர் வேகத்துல போனா என்ன?"

"வேண்டாம்... நூறிலிருந்து எண்பதுக்கு வா. கொஞ்சம் லேட்டாப் போனா ஒண்ணும் ஆயிடாது. நாம ஏர்போர்ட்டுக்கு ஸேஃப்டியா போய்ச் சேர்றதுதான் முக்கியம் மஹி."

"நீங்க இப்படி பயப்படுவீங்கன்னு தெரிஞ்சதினாலத் தான் காரை நானே ஓட்டறேன்னு சொன்னேன். உங்களுக்கு பயமாயிருந்தா கொஞ்ச நேரத்துக்கு கண்ணை மூடிக்குங்க."

"சொன்னா கேளு... மஹி."

"நோ... நோ... ஏர்போர்ட் போய்ச் சேர்ற வரைக்கும் ஸ்பீடாமீட்டரோட முள் நூறுக்கு கீழே வராது."

“ரோட்ல எவனாவது குறுக்கே வந்துடப்போறான். அந்தச் சமயத்துல காரை கண்ட்ரோல் பண்ண முடியாது. என்னதான் பிரேக் பெடலை மிதிச்சாலும்...”

“‘தொண தொண’ன்னு பேசாமே அமைதியா வாங்க... எதிர்ல ரோட்டைப் பாருங்க... எனக்காகவே போட்ட மாதிரி இருக்கு.”

மஹிமா சொல்லிக்கொண்டே ஆக்ஸிலேட்டரின் மேல் காலின் பெரு விரலை வைத்து அழுத்த, காரின் வேகம் அதிகரித்து காற்றை இரண்டாய் கிழித்தது. அந்த நிசப்தமான ஹைவேஸ் ரோட்டில் ஐந்து நிமிஷம் வேகம் குறையாமல் சீறிய கார், இரண்டு வளைவுகளில் திரும்பி, சர்வீஸ் ரோட்டில் நுழைந்து, அடுத்த சில விநாடிகளில் சற்றே வேகம் குறைந்தது.

ராகவ் ஆச்சர்யப்பட்டான்.

“என்ன மஹி... காரோட வேகம் குறையுது?”

அவளுடைய குரல் நடுங்கியது. “எ... எ... என்னங்க?”

“சொல்லு...”

“ரோட்டுக்கு நடுவுல ஏதோ தெரியுது.”

ராகவ் காரின் முன்புற கண்ணாடி வழியே குனிந்து பார்த்துவிட்டு சொன்னான்.

“ஆமா... ஏதோ கல்லு மாதிரி தெரியுது.”

மஹிமா காரின் வேகத்தைக் குறைத்துக் கொண்டே சொன்னாள். “கல்லே தான்... இவ்வளவு பெரிய கல்லை எதுக்காக ரோட்டுக்கு நடுவுல போட்டு வெச்சிருக்காங்கன்னு தெரியலையே..? உங்க பார்வைக்கு ‘வார்னிங் சைன்’ போர்டு ஏதாவது தெரியுதா?”

“தெரியலையே?”

காரின் வேகம் இன்னமும் குறைந்தது.

“ரோட்டோட டிவைடர்க்கு போடற கல்லு மாதிரி தெரியுது. இதை மட்டும் எதுக்கு தனியா போட்டு

வெச்சிருக்காங்க? அந்தக் கல்லு மேல ஏதாவது ஒரு வண்டி கவனிக்காமே வந்து மோதினா என்னாறது? மண்டையில மூளையே இல்லாத யாரோ ஒருத்தர்தான் இந்த வேலையைப் பண்ணியிருக்கணும்."

காருக்கும் கல்லுக்கும் பத்தடி தூரம் இருக்கும் போதே காரை மஹிமா நிறுத்திவிட, ராகவ் முன்பக்கக் கதவைத் திறந்து கொண்டு கீழே இறங்க முயன்றான்.

"எங்கே போறீங்க?"

"ரோட்ல கிடக்கிற அந்தக் கல்லை எடுத்து அப்படி ஓரமா போட்டுட்டு வந்துடறேன்."

மஹிமா முகம் மாறி குரலைத் தாழ்த்தினாள்.

"என்னது... கல்லை எடுக்கப் போறீங்களா?"

"ஆமா..."

"வே... வேண்டாங்க."

"என்ன மஹி... ஏன் இப்படி பயப்படறே? நீ காரை வேகமா ஓட்டிட்டு வந்தாலும், உன்னோட பார்வைக்கு அந்தக் கல்லு தட்டுப்பட்டதால, நல்ல வேளையாய் காரை நிறுத்திட்டே. இதே வழியில் வேற யாராவது வேகமாய் வந்து, கல்லு மேல மோதியிருந்தா வண்டி ஸ்கிட்டாகி தலைகீழாய் கவிழ்ந்து இருக்குமே... இரு! நான் போய் ஒரு ரெண்டு நிமிஷத்துல அந்தக்கல்லைத் தள்ளி அப்படி ஓரமாய் போட்டுட்டு..."

காரை விட்டு இறங்க முயன்ற கணவனின் கையைக் கெட்டியாய்ப் பற்றிக் கொண்டாள் மஹிமா. ஒரு முறை சுற்றும் முற்றும் கலவரமாய்ப் பார்த்துவிட்டு குரலை இன்னமும் தாழ்த்தினாள்.

"வே... வே... வேண்டாங்க... எனக்கு பயமாயிருக்கு."

"என்ன பயம்?"

"இந்த இடம் சரியில்லீங்க... நீங்க காரைவிட்டு இறங்கினா ஏதாவது பிரச்னை வரலாம்ன்னு என்னோட

மனசுக்குப்படுது. நாம இந்த இடத்தை விட்டுப் போயிடலாம்."

ராகவ் மஹிமாவை வியப்பாய் ஏறிட்டவாறு ஒரு சின்ன சிரிப்போடு கேட்டான்.

"நீ இப்படி பயப்படறதைப் பார்த்தா எனக்கு ஆச்சர்யமாயிருக்கு. நான் கீழே இறங்கி அந்தக் கல்லை ரோட்டோரமாய் எடுத்துப்போட்டா என்ன பிரச்னை வரும்ன்னு நினைக்கிறே?"

"அ... அ... அதை எனக்கு சொல்லத் தெரியலைங்க. நமக்கு இந்த சமூகசேவையெல்லாம் வேண்டாம். வேற யாராவது இந்த வழியில் வர்றவங்க கல்லைப் பார்த்துட்டு ரோட்டோரமாய் தூக்கி போட்டுட்டு போகட்டும்."

வியர்த்து மின்னுகிற முகத்தோடு சொன்ன மஹிமா காரை சாலையின் இடதுபக்க ஓரமாய் நகர்த்தி, அந்தக் கல்லைக் கலவரமாய் பார்த்துக் கொண்டே ஆக்ஸிலேட்டரை அழுத்தினாள்.

கார் வேகம் பிடித்து பின்புற சிவப்பு விளக்குகளைக் காட்டியபடியே இருட்டில் கரைந்து மறைய, பாலத்தின் பில்லர் திட்டில் ஒரு அடைப்புக் குறியைப் போல் படுத்திருந்த மாணிக்கம் எழுந்து உட்கார்ந்து கார் சென்ற திசையையே வெறித்துப் பார்த்தபடி பெருமூச்சொன்றை வெளியேற்றினான்.

நேரம் 2.45 மணி.

ராத்திரி நேரக் காற்றில் குளிர் கணிசமாய் உயர்ந்து மாணிக்கத்தின் உடம்பை ஊடுருவ, அவன் கம்பளிப் போர்வையை உடம்புக்கு கொடுத்த விநாடி, செல்போன் வெளிச்சமாய் ஒளிர்ந்து வைபரேஷனில் கூப்பிட்டது. போனின் திரையில் பத்ரியின் பெயர் நகர்ந்தது.

மாணிக்கம் போனை காதுக்கு ஒற்றி மெல்ல குரல் கொடுத்தான்.

"சொல்லு பத்ரி."

"என்ன... போனையே காணோம்? பட்சி ஏதும் மாட்டலையா...?"

"அரைமணி நேரத்துக்கு முன்னாடி ஒரு பட்சி வந்துச்சு... ஆனா உஷாராயி பறந்துடுச்சு..."

"இப்ப மணி என்ன?"

"ரெண்டே முக்கால்."

"நாலு மணிக்குள்ளே பட்சி ஏதும் சிக்கலைன்னா இடத்தைக் காலி பண்ணிடு... ஏன்னா ட்ராஃபிக் அதிகமாயிடும்."

"புரியுது... இன்னும் ஒரு மணி நேரம் பார்த்துட்டு கிளம்பிடறேன். நாளைக்கு வேற ஏரியாவுக்கு போயிடலாம்."

"மாணிக்கம்...! நான் ஒரு விஷயத்தை சொன்னா தப்பா எடுத்துக்கமாட்டியே?"

"மொதல்ல... விஷயம் என்னான்னு சொல்லு."

"நடுரோட்ல கல்லை வெச்சு விபத்தை ஏற்படுத்தி பணம் பறிக்கிற இந்த வேலை இனிமே நமக்கு வேண்டாம். கடந்த மூணு மாசத்துல ரெண்டு பேர் இந்த சம்பவத்தால செத்துப் போயிருக்காங்க. நல்ல வேளையா நாம போலீஸ்ல மாட்டலை... ஆனா என்னிக்காவது ஒரு நாள் போலீஸ்ல மாட்டிக்குவோம்ங்கிற ஒரு பயம் என்னோட மனசுக்குள்ளே உதைச்சுட்டுகிட்டே இருக்கு..."

"இதை விட்டா பொழப்புக்கு என்ன வழி?"

"மும்பை போயிடலாம்."

"அங்க போய் என்ன பண்றதாம்?"

"என்னோட ஃப்ரண்ட் ஜெகன் அங்கே இருக்கான். பானிபூரி வியாபாரம் பண்ணியே பெரிய ஆளாயிட்டான்.

ஜுஹு பீச்சுல நாலைஞ்சு பானிபூரி கடை போட்டிருக்கான். சரியான வியாபாரம். ஒரு கடையைப் பார்த்துக்கச் சொல்லி என்னைக் கூப்பிட்டான். நல்ல சம்பளம் தர்றானாம். சாப்பாடு, இருக்க இடம் எல்லாமே ஃப்ரீ... உன்னையும் கூட்டிகிட்டு வர்றதா அவன் கிட்டே சொன்னேன். தாராளமா கூட்டிட்டு வான்னு சொன்னான்."

மாணிக்கம் பதில் பேசாமல் மௌனம் காத்தான்.

"என்ன பேச்சையே காணோம்?"

"மும்பைக்குப் போக நீ ஆசைப்படறியா பத்ரி?"

"ஆமா"

"எனக்கு அந்த ஆசையில்லை... நீ வேணும்ன்னா போய்க்க."

"மாணிக்கம்... நல்லா யோசனை பண்ணு. நமக்குன்னு ஒரு நல்லநேரம் வரும்போது அதை நாம உபயோகப்படுத்திக்கணும்."

"அந்த நல்லநேரத்தை நீயே உபயோகப்படுத்திக்க. எனக்கு இந்தக் கல்லும், மூணு சக்கர சைக்கிளும் போதும். நான் பண்றது தப்பான காரியம்தான். ஆனா நான் அதை புத்திசாலித்தனமா பண்ணிட்டிருக்கேன். உனக்கு இஷ்டமிருந்தா எனக்கு பார்ட்னராய் இரு. இல்லேன்னா மும்பை போய் உன் ஃப்ரண்ட் கூட சேர்ந்துகிட்டு பானிபூரி வியாபாரம் பண்ணு."

"மாணிக்கம்... நான் என்ன சொல்ல வர்றேன்னா?"

"நீ ஒண்ணையும் சொல்லாதே... போனை கட் பண்ணு. தூரத்துல ஒரு வண்டி வருது."

செல்போனை அணைத்துவிட்டு மறுபடியும் ஒரு பீடியைப் பற்ற வைத்துக்கொண்ட மாணிக்கம், இடது பக்கமாய் திரும்பி சாலையைப் பார்த்தான்.

நூறு மீட்டர் தூரத்தில் ஏதோ பாரம் ஏற்றிய லாரியொன்று இரைச்சலோடும், மங்கிய அழுக்கான ஹெட்லைட் வெளிச்சத்தோடும் வேகமாய் வந்து கொண்டிருந்தது.

மாணிக்கம் உஷாரானான்.

ட்ரைவர் எப்படியும் லாரியை நிறுத்திவிட்டு, கல்லை ஓரமாய் எடுத்துப்போட கண்டிப்பாக கீழே இறங்குவான், என்கிற எதிர்பார்ப்போடு மாணிக்கம் தன் இடுப்பில் மறைத்து வைத்திருந்த ஒரு அடி நீள கத்தியை எடுத்துக்கொண்டு பில்லரை விட்டு வெளியே வந்து ரோட்டோரமாய் இருட்டில் கரைந்து நின்றான்.

பீடிப்புகை வாயினின்றும் வெளிப்பட்டு சுற்றிலும் பரவிக் கொண்டிருக்கும்போதே, வேகம் குறையாமல் காற்றை அரைத்தபடி வந்த லாரி கல்லின் மீது 'த்தட்'டென்று மோதிவிட்டு கடக்க முயல லாரியின் பின் சக்கரம் கல்லின் மீது ஏறி இறங்கியது.

மறுநாள் காலை ஏழு மணி.

டி.வியில் தலைப்புச் செய்திகள் முடிந்து,செய்தித் துளிகள் ஆரம்பித்ததும் நியூஸ் ரீடர் பெண் முதல் செய்தியாய் அந்தச் செய்தியை வாசித்துக் கொண்டிருந்தாள்.

"நேற்று நள்ளிரவு இரண்டரை மணியளவில் சென்னை பெங்களூரு தேசீய நெடுஞ்சாலையில் ஸ்ரீபெரும்புதூர் அருகே பிரியும் கிளைச்சாலையில், சாலையின் நடுவே வைக்கப்பட்டிருந்த, கருங்ககல்லின் மீது லாரியொன்று மோதியதில் அந்தக் கல் தெறித்து வீசியடிக்கப்பட்டு,சாலையின் ஓரத்தில் நின்று கொண்டிருந்த மாணிக்கம் என்கிற நபரின் தலையைத் தாக்கியதில், அந்த நபர் அதே இடத்தில் முகம் சிதைந்து மரணமடைந்தார். சம்பவ இடத்தில் கிடைத்த அவருடைய செல்போனை கைப்பற்றிய போலீஸார் மேற்கொண்டு விசாரணை நடத்தி உண்மைகளை கண்டறியும் முயற்சியில் ஈடுபட்டுள்ளனர்.

—

குற்றம் புரிந்தவன்

பூஜையறையில் விளக்கேற்றி விட்டு இரவுக்கு என்ன டிபன் செய்யலாமென்கிற யோசனையுடன், சமையலறைக்குள் நுழைந்த என்னை, டைனிங் டேபிளின் மையத்தில் இடம் பிடித்திருந்த செல்போன் தன் டயல்டோனை வெளியிட்டு அழைத்தது.

வேகமாய் போய் செல்போனை எடுத்தேன். மறுமுனையில் என்னுடைய கணவர் அழைத்துக் கொண்டிருந்தார். போனை காதுக்கு ஒற்றி ஒரு சிறிய சிரிப்போடு பேச ஆரம்பித்தேன்.

"இப்பத்தான் உங்களை நினைச்சேன். அதுக்குள்ள உங்க போன். என்ன ஆபீஸிலிருந்து கிளம்பிட்டீங்களா..?"

"கிளம்பி இருபது நிமிஷமாச்சு ரமா. நான் இப்ப லாலி ரோடு சிக்னல்ல நின்னுட்டிருக்கேன். ஹெவி ட்ராஃபிக்."

"அப்படீன்னா வீட்டுக்கு வந்து சேர எப்படியும் ஆறரை மணி ஆயிடும் போலிருக்கே?"

"கண்டிப்பா..."

"சரி... வர்றப்ப வடவள்ளி அண்ணாச்சி கடையில் ஒரு கிலோ கோதுமை மாவும், அரைக் கிலோ வெள்ளை ரவையும் வாங்கிட்டு வந்துடுங்க."

"சரி... பழமுதிர்ல ஃப்ரூட்ஸ் ஏதாவது வேணுமா?"

"ஆறு பூவன் பழம்."

"வேற ஏதாவது?"

"இப்ப எதுவும் ஞாபகத்துக்கு வரலை... நாளைக்குப் பார்த்துக்கலாம். நீங்க சீக்கிரமா வீடு வந்து சேருங்க."

"சரி." மறுமுனையில் என்னுடைய கணவர் தொடர்பு இணைப்பைத் துண்டித்துக் கொள்ள, நானும் செல்போனை மௌனமாக்கிவிட்டு கிச்சன் மேடையை நோக்கிப் போனேன். ஸ்டவ்வைப் பற்ற வைத்து பால் பாக்கெட்டை கட் செய்து, பாத்திரத்தில் ஊற்றி, அடுப்பில் வைத்துவிட்டு காஃபி பொடி டப்பாவைத் தேடிக் கொண்டிருந்தபோது, வாசலில் காலிங்பெல் சத்தம் கேட்டது.

'இந்நேரத்துக்கு யார்?'

மனசுக்குள் கேள்வி முளைத்தது.

'ஊருக்கு போயிருந்த எதிர் வீட்டு சாரதாம்பாள் சாவியை வாங்க வந்து இருப்பாங்களா?'

யோசனையோடு வேக நடைபோட்டுக் கொண்டு போய்க் கதவைத் திறந்தேன்.

வாசற்படியில் அந்த இளைஞன் நின்றிருந்தான். முப்பது வயது இருக்கலாம். வெளிர் நீல நிற சட்டையிலும், வெள்ளை பேண்டிலும் 'பளிச்'சென்று இருந்தான். கையில் ஒரு தோல்பை மினுமினுப்பாய் தெரிந்தது.

நான் புருவங்களை உயர்த்தினேன்.

"யார் வேணும்?"

"புஷ்பராஜ் ஸார் இருக்காரா?"

"அவர் ஆபிஸிலிருந்து இப்பத்தான் புறப்பட்டு வந்துட்டிருக்கார்... நீங்க யாரு?"

"மேடம்... நானும் அவரும் காலேஜ் மேட்ஸ். என் பேரு காமேஷ். கடந்த அஞ்சு வருஷமா நாங்க 'டச்'ல இல்லை.

ராஜேஷ்குமார்

போன மாசம் அன்னபூர்ணா ஹோட்டல்ல ஏதேச்சையா பார்த்துகிட்டோம். அப்பத்தான் வீட்டு அட்ரஸ் கொடுத்தார்... என்னோட சிஸ்டர்க்கு வர்ற புதன் கிழமை கல்யாணம். அதான் அவரைப் பார்த்து இன்விடேஷன் கார்டு கொடுத்துட்டு போகலாம்ன்னு வந்தேன். அவர் வர்றதுக்கு நேரமாகுமா மேடம்?"

"எப்படியும் அரைமணி நேரமாயிடும்."

"என்னால அவ்வளவு நேரம் வெயிட் பண்ண முடியாது மேடம். இது திடீர்ன்னு முடிவான கல்யாணம். நிறைய பேர்க்கு பத்திரிக்கை கொடுக்க வேண்டியிருக்கு... புஷ்பராஜ் ஸார் வந்தா, இந்த பத்திரிக்கையை குடுத்துடுங்க மேடம். கல்யாணத்துக்கு நீங்களும் ஸாரும் அவசியம் வரணும்..."

காமேஷ் வாசலில் நின்றபடியே தோல்பையைப் பிரித்து பத்திரிக்கையொன்றை நீட்ட, நான் அவசரக் குரலோடு இடை மறித்தேன்.

"வாசல்ல நின்னுட்டு எதையும் கொடுக்கக் கூடாது. எதையும் வாங்கக் கூடாது. உள்ளே வாங்க."

"தேங்க்யூ மேடம்."

அவன் தயக்கத்தோடு உள்ளே வந்தான். நான் நாற்காலியைக் காட்டினான்.

"உட்கார்ங்க... தண்ணி சாப்பிடறீங்களா?"

"கொடுங்க மேடம்..."

நான் சமையலறைக்குப் போய் நீர் நிரம்பிய டம்பளரோடு வந்து அவனுக்கு முன்பாய் இருந்த டீபாயின் மீது வைக்கும்போதுதான் கவனித்தேன்.

திறந்திருந்த வாசல் கதவு இப்போது உட்பக்கமாய் தாழ் போடப்பட்டு இருந்தது.

பதறிப் போனவளாய் நான், கதவை நோக்கிப் போக அவன் சிரித்தான்.

“கதவு சாத்தியே இருக்கட்டும் மேடம்.”

நான் வெகுண்டேன்.

“டே... டேய்ய் யார்ரா நீ..?”

“சத்தம் போடாதீங்க மேடம்.” சொன்னவன்,தன்னுடைய கைப்பையைப் பிரித்து அந்த அரையடி நீள கத்தியை எடுத்துக் கொண்டான்.

என்னுடைய சப்தநாடியும் அடங்கிப் போக, நான் அங்குலம் அங்குலமாய் பின்னுக்கு நகர்ந்து, பக்கவாட்டு சுவர்க்கு சாய்ந்து கொண்டேன். இருதயம் அசுர வேகத்தில் துடிக்க உடம்பிலிருந்த, எல்லா வியர்வைச் சுரப்பிகளும் உடைப்பெடுத்துக் கொண்டன.

அவன் ஒரு கபடப் புன்னகையோடு கத்தியை அசைத்துக் கொண்டே என்னைப் பார்த்தபடி நிதானமான குரலில் பேச ஆரம்பித்தான்.

“இதோ பாருங்க மேடம்... நீங்க ரொம்பவும் அழகாயிருக்கீங்க. ஆனா எனக்கு வேண்டியது உங்க உடம்பு இல்லை. நீங்க போட்டிருக்கிற நகைங்க. அடுத்த அஞ்சு நிமிஷத்துக்குள்ளே எல்லா நகைகளும், பீரோவில் இருக்கிற பணமும், என்னோட கைக்கு வரணும்... சத்தம் போட வாயைத் திறந்தா மூணுமாசம் முழுசாமே இருக்கிற உங்க அடி வயித்துக்குள்ளே இந்தக் கத்தி ஆழமாய் இறங்கிடும்.”

நான் பயத்தில் உறைந்து போய் என்னுடைய அடிவயிற்றில் கை வைத்துக் கொண்டேன்

‘எல்லாம் தெரிந்து கொண்டுதான் வந்திருக்கிறான்.’

“வே... வே... வேண்டாம்... என்னை... ஒண்ணும் பண்ணிடாதே.”

“இந்தக் கத்திக்கு நான் வேலை கொடுக்கக்கூடாதுன்னு நீங்க நினைச்சீங்கன்னா நகைகளை கழட்டுங்க. கழுத்துல இருக்கிறது மட்டுமில்லை, காதுல மூக்குல இருக்கிறதும் என்னோட கைக்கு வரணும். ம்... சீக்கிரம்...”

நான் மிரண்டு போனவளாய் மின்னல் வேகத்தில் செயல்பட்டேன். கழுத்தில் இருந்த ஏழு பவுன் இரட்டை வடச் செயினையும், காதில் இருந்த வைரக் கம்மல்களையும், மூக்குத்தியையும் கழற்றி வலது உள்ளங்கையில் வைத்துக் கொண்டு அவனைப் பார்த்தேன்.

அவன் குரலில் கேலி வழிய சிரித்தான்.

“அதையெல்லாம் அப்படியே கொண்டு வந்து, இந்த டீபாய் மேல வையுங்க மேடம்.”

நான் உதறிக் கொள்கிற உடம்போடு மெல்ல நடந்து போய் நகைகளை டீபாயின் மேல் வைத்துவிட்டு நகர முயன்றேன்.

“நில்லுங்க மேடம்.”

நின்று என்ன என்பது போல் அவனைப் பார்த்தேன். கோணல் சிரிப்போடு அவன் சொன்னான்.

“ஒண்ணை கழட்ட மறந்துட்டீங்களே மேடம்... கழுத்துல இருக்கிற அதையும் எடுங்க”

நான் உலர்ந்து போன வாயோடு எச்சில் விழுங்கினேன். “அதைக் கழட்ட முடியாது... அ... அ... அது தாலிக் கொடி.”

“தெரியுது மேடம்... தாலிக் கொடி வெறும் மஞ்சள் கயிறாய் இருந்திருந்தா.... நானும் அதைக்கண்டுக்காமே இருந்திருப்பேன். ஆனா அது தங்கத்துல இருக்கே. ம்... கழட்டுங்க...”

நான் ‘மாட்டேன்’ என்பது போல தலையை அசைக்க ,அவன் கேலியான குரலில் “அட.... கழட்டுங்க மேடம்... கழட்டின உடனேயே உங்க புருஷன் ஒண்ணும் அதே செக்கண்ட்ல செத்துட மாட்டார்...” என்று சொல்ல அதுவரைக்கும் என்னுடைய மனசுக்குள் இருந்த பயம் சட்டென்று விலகி, கோப அலை ஒன்று சுனாமியாய் புரண்டு எழுந்தது.

“என்னடா சொன்னே..?” வீறிட்டு கத்திய நான் விநாடிக்கும் குறைவான நேரத்தில், அந்த கனமான தேக்கு மர டீபாயை ஆவேசமாய் மூச்சைப் பிடித்து உயரத் தூக்கி அவனுடைய தலையில் வேகமாய் இறங்கினேன்.

'த்த்தட்' என்ற சத்தத்தோடு அவனுடைய முன்தலையில் அடி விழ, இரண்டு துளி ரத்தம் என் இடது புறங்கையின் மேல் சூடாய் விழுந்தது.

அவன் சின்ன அலறலைக் கூட வெளிப்படுத்தாமல் இரண்டாய் உடல் மடங்கி சரிந்து, பிறகு ஸ்லோமோஷனில் மல்லாந்தான். அரை நிமிட நேரம் உடல் துடித்து, பிறகு வந்த விநாடிகளில் சிறிது சிறிதாய் அடங்கி, பார்வை ஒரே பக்கமாய் நிலைத்து, விழிகள் திறந்த நிலையில் உறைந்து போயிற்று.

நான் பதறிப் போனவளாய் அவனருகே குனிந்து நாசியருகே நடுங்கும் விரல்களோடு என்னுடைய புறங்கையை வைத்தேன்.

சுவாசம் அறவேயில்லை.

வியர்த்து வழிந்து கொண்டு ஸ்தம்பித்துப்போய் நின்றேன்.

'இப்படி மூர்க்கத்தனமாய் அடித்து இருக்கக்கூடாது.' மூளையின் ஒரு பகுதி என்னைக் குற்றம் சாட்ட, இறந்தவனின் உடலருகே நிற்க பயந்து போனவளாய், வீட்டினின்றும் வெளிப்பட்டு கதவை வெளிப்பக்கமாய் தாழிட்டுக் கொண்டு வாசற்படியில் நைந்து போன துணியாய் தளர்ந்து உட்கார்ந்தேன்.

அதே விநாடி.....

என்னுடைய இடுப்பின் மறைவில் இடம் பிடித்திருந்த செல்போன் டயல்டோனை வெளியிட்டது. படபடப்போடு எடுத்து அழைப்பது யாரென்று பார்த்தேன்.

என்னுடைய கணவர்.

செல்போனை காதுக்கு ஒற்றி பதட்டமாய் குரல் கொடுதேன்.

"எ... எ... என்னங்க... இப்ப எங்கே இருக்கீங்க?"

"வடவள்ளி அண்ணாச்சி மளிகைக் கடையில்."

"அங்கே ஒண்ணையும் வாங்காமே உடனே புறப்பட்டு வீட்டுக்கு வாங்க."

"என்ன ரமா... ஏன் இவ்வளவு டென்ஷனா பேசறே?"

"போன்ல எதையும் சொல்லிட்டிருக்க நேரமில்லை... உடனே புறப்பட்டு வாங்க..."

"ரமா! உன்னோட உடம்புக்கு ஏதாவது..?"

"எனக்கு ஒண்ணுமில்லீங்க... இது வேற மாதிரியான ஒரு விஷயம்... இன்னும் அஞ்சு நிமிஷத்துல நீங்க இங்கே இருக்கணும்..." அவசர அவசரமாக பேசி முடித்த நான், செல்போனை அணைத்து விட்டு என் கணவரின் வருகைக்காக எகிறும் இருதயத் துடிப்போடு காத்திருக்க ஆரம்பித்தேன்.

சரியாய் ஐந்து நிமிஷம்.

என்னுடைய கணவர் பைக்கை விரட்டிக் கொண்டு வந்து, வீடு சேர்ந்து வாசலில் ஸ்டாண்ட் போட்டவர், என்னை நோக்கி பதட்டத்தோடு வந்தார்.

"என்ன ரமா... என்ன பிரச்சனை..? ஏன் இப்படி இருட்டிகிட்டு வர்ற நேரத்துல வாசற்படியில் உட்கார்ந்துட்டிருக்கே?"

நான் உடைப்பெடுத்துக் கொண்ட அழுகையோடு, நடந்த சம்பவத்தை, துண்டு துண்டான வார்த்தைகளில் பேசி அவர்க்கு புரிய வைத்தேன். அவர் என்னுடைய தோள்களைப் பற்றி உலுக்கினார்.

"ஆள்... செத்துட்டானா?"

"ஆமா..."

"வா... உள்ளே போய் பார்க்கலாம்."

"வே... வேண்டாங்க."

"என்னது... வேண்டாமா... இப்படியே வெளியே உட்கார்ந்துட்டிருந்தா பிரச்சனை முடிஞ்சுடுமா என்ன?"

குற்றம் புரிந்தவன்

"எ... எ... எனக்கு பயமாயிருக்குங்க."

"இதோ பார் ... நான் இருக்கும்போது உனக்கு என்ன பயம்..! வா உள்ளே போய் பார்க்கலாம்."

அந்த அழுகையிலும், நான் அவரை கோபமாய் ஏறிட்டு பொருமினேன். "இந்த ஏரியாவில் வீடு கட்டும்போதே சொன்னேன். அக்கம் பக்கத்துல வீடுங்க இல்லை... வீட்டைக் கட்டினவங்க கூட இங்கே தண்ணி கஷ்டம், திருட்டு பயம்ன்னு சொல்லி, வீடுகளை காலி பண்ணிட்டு, சிட்டிக்குப் பக்கத்துல இருக்கிற அபார்ட்மெண்ட் ஃப்ளாட்களுக்கு போயிட்டாங்க. நாம இங்கே வீடு கட்ட வேண்டாம்ன்னு ஆனவரைக்கும் உங்ககிட்ட சொல்லிப் பார்த்தேன். ஆனா நீங்கதான் கேட்கலை. இந்த ஏரியா ரெண்டே வருஷத்துல டெவலப் ஆயிடும்ன்னு சொன்னீங்க. சொல்லி அஞ்சு வருஷமாச்சு. நம்ம வீட்டுக்கு எதிர்ல ஒரு வீடு வந்தது. அவ்வளவுதான். அவங்களும் மாசத்துல ஒரு வாரம் வெளியூர்ல இருக்கிற அவங்க பசங்க வீட்டுக்கு போயிடறாங்க. இப்ப நிலைமை என்னாச்சு பார்த்தீங்களா?"

நான் என் கணவரிடம் அழுகையோடு புலம்பிக் கொண்டிருக்கும்போதே எங்களுக்கு பின்பக்கம் ஒரு பைக் தடதடக்கிற சத்தம் கேட்டது.

திடுக்கிட்டு போனவர்களாய் இருவரும் திரும்பிப் பார்த்தோம்.

பைக்கை எதிர்ப்புற ரோட்டோரமாய் நிறுத்திவிட்டு அந்த நடுத்தர வயது நபர் எங்களை நோக்கி வந்தார். நாங்கள் குழப்பமாய் அவரைப் பார்த்துக் கொண்டிருக்கும்போதே கேட்டார்.

"இது உங்க வீடா?"

"ஆமா..."

"உங்க பேரு?"

"புஷ்பராஜ்."

“இவங்க?” என்னைக் காட்டினார்.

“என்னோட ஒய்ஃப்...” என்று சொன்ன என் கணவர் கேட்டார். “ஆமா நீங்க யாரு... எதுக்காக எங்களை விசாரிக்கறீங்க?”

“நான் இந்த ஏரியா பீட் இன்ஸ்பெக்டர் குமரன். உங்ககிட்ட ஒரு என்கொயரி.” சொன்னவர் தன்னுடைய செல்போனை எடுத்து காலரி ஆப்ஷனை உயிர்ப்பித்து ஒரு இளைஞனின் போட்டோவைக் காட்டினார்.

“இவன் உங்க வீட்டுக்கு வந்தானா?”

வியர்வைக் குளியலில் இருந்த நான் பார்த்துவிட்டு பயத்தோடு தலையாட்டினேன்.

“ஆ... ஆ... ஆமா...”

“நகைகளைத் தரச்சொல்லி கேட்டானா?”

“ஆமா.”

“உங்களுக்குள்ளே... ஏதாவது கைகலப்பு நடந்ததா?”

“அ... அது வந்து... நான் எல்லா நகைகளையும் கொடுத்த பின்னாடி என்னோட தாலிக் கொடியைக் கேட்டான். அந்த ஆத்திரத்துல...”

“என்ன செஞ்சீங்க?”

“............” நான் மௌனிக்க இன்ஸ்பெக்டர் குரலை உயர்த்தினார்.

“சொல்லுங்க... என்ன செஞ்சீங்க?”

“டீக் வுட் டீபாயை எடுத்து அவனுடைய தலையில ஓங்கி அடிச்சுட்டேன். அடிச்ச அடியில...”

“அடிச்ச அடியில?”

“செ... செ... செத்துட்டான்...” சொல்லிவிட்டு நான் அழ ஆரம்பித்துவிட, என்னுடைய கணவர் இன்ஸ்பெக்டரிடம் கெஞ்ச ஆரம்பித்தார்.

"ஸார்... என்னோட மனைவி ஏதோ ஆவேசப்பட்டு அடிச்ச அடியில, அடி படாத இடத்துல பட்டு, வந்தவன் உயிரை விட்டுட்டான்.. அவ தன்னைக் காப்பாத்திக்கிறதுக்காக வேறு வழியில்லாமேத்தான் அவனை..."

பேசிக் கொண்டே போன என்னுடைய கணவரை அந்த இன்ஸ்பெக்டர் குமரன் ஒரு புன்னகையோடு கையமர்த்திவிட்டு, மெல்லிய குரலில் சொன்னார்.

"நீங்க ரெண்டு பேரும் நினைக்கிற மாதிரி அவன் சாகலை. போலீஸ் ஜீப்ல அவன் இப்போ ட்ரீட்மெண்ட்டுக்காக ஹாஸ்பிடலுக்கு போயிட்டிருக்கான்."

என்னுடைய இருதயத்துக்குள் ஒரு சந்தோஷத் துள்ளல் எழுந்தது.

"என்ன ஸார் சொல்றீங்க..?"

அவர் அதே புன்னகையோடு தொடர்ந்தார்.

"எஸ்... நீங்க அடிச்சதும் அவன் மயக்கமாயிட்டான். உங்களுக்கு இருந்த பதட்டத்திலும், பயத்திலும் அவன் செத்துட்டதா நினைச்சு, வீட்டை விட்டு வெளியே வந்துட்டீங்க. உங்க கணவர்க்கு போன் பண்ணி அவர் இங்கே வந்து சேர்றதுக்குள்ளே அவனுக்கு மயக்கம் தெளிஞ்சிடுச்சு. இங்கிருந்து தப்பிக்க நினைச்சவன், வீட்டோட கதவு வெளிப்பக்கமாய் தாழ் போட்டிருந்ததால, பின்பக்கக் கதவைத் திறந்துகிட்டு காம்பௌண்ட் சுவரேறி குதிச்சு, மெயின் ரோட்டுக்கு வேகவேகமாய் ஓட்டமும் நடையுமாய் வந்துட்டிருந்தான். அந்த நேரத்துலதான் நான் ஸ்டேஷன்ல ட்யூட்டி முடிஞ்சு வீட்டுக்கு பைக்ல போயிட்டிருந்தேன். அவனைப் பார்த்ததும் எனக்கு லேசா அதிர்ச்சி. அதிர்ச்சிக்கு காரணம், அவன் ஒரு எக்ஸ் கிரிமினல், செயின் ஸ்நேட்ச்சர். தலையில வழியற ரத்தத்தை துடைச்சுகிட்டே ஓடி வந்துட்டு இருந்தவனை, நான் மடக்கி விசாரிச்சேன். அவன் தப்பிச்சு ஓடப் பார்த்தான். இடுப்புல ஒரு உதை. வலி தாங்காமே,

கத்திகிட்டே கீழே விழுந்தான். அதுக்கப்புறம் அவனால எந்திரிக்க முடியலை... நான் அவனை விசாரிச்சு விஷயத்தை தெரிஞ்சுகிட்டு ஸ்டேஷனுக்கு தகவல் கொடுத்தேன். ட்யூட்டியில் இருந்த சப் இன்ஸ்பெக்டரும் ரெண்டு கான்ஸ்டபிள்களும் உடனடியாய் ஜீப்ல புறப்பட்டு வந்து, அவனை அரஸ்ட் பண்ணி ட்ரீட்மெண்டுக்காக ஜி.ஹெச்சுக்கு கூட்டிட்டு போயிருக்காங்க. அவனுக்கு பெரிசா காயம் ஒண்ணுமில்லை. ரெண்டு இடத்துல பிளாஸ்டர் போட்டா போதும். நீங்க ஒண்ணும் பயப்படாதீங்க. ஒரு மணி நேரம் கழிச்சு ஸ்டேஷனுக்குப் போய் அவன் பேர்ல கம்ப்ளையண்ட் எழுதிக் கொடுத்துடுங்க. மத்ததை நான் பார்த்துக்கிறேன்."

"தேங்க்யூ, இன்ஸ்பெக்டர்!" நான் மனம் லேசாகி சிரிக்க அவர் சொன்னார்.

"ஒரு சின்ன அட்வைஸ்..! அக்கம் பக்கத்துல வீடுகள் கட்டறவரைக்கும் நீங்க பாதுகாப்பான ஒரு ஏரியாவுக்குள்ளே ஒரு வீட்டை வாடகைக்கு எடுத்து தங்கிக்கிறது பெட்டர்... உடனடியா வீட்டை பார்க்க ஆரம்பிச்சுடுங்க."

"நாளையிலிருந்து முதல் வேலை அதுதான் ஸார்."

நானும் என்னுடைய கணவரும் ஒரே குரலில் ஒரே நேரத்தில் சொன்னோம்.

நேற்றைப் போல் இன்று இல்லை...

"இவன்தான் ஸார்..."

குரல் கேட்டு ஃபைல் ஒன்றைப் புரட்டிக் கொண்டிருந்த இன்ஸ்பெக்டர் கலியபெருமாள் நிமிர்ந்தார். ஹெட்கான்ஸ்டபிளின் பிடியில் அவன் சிக்கியிருந்தான். பரட்டைத்தலையும், கை வைத்த பனியனும், பூப்போட்ட லுங்கியும் மண்ணெண்ணெயில் நாறிக் கொண்டிருந்தது.

கலியபெருமாள் ஃபைலைப் பட்டென்று மூடிவிட்டு அவனைக் கோபமாய்ப் பார்த்தார்.

"ஏண்டா! போலீஸ் ஸ்டேஷனுக்கு முன்னாடி வந்து தீக்குளிச்சு தற்கொலை பண்ற அளவுக்கு உனக்கு என்னடா பிரச்சினை?"

"அய்யா...!" பரட்டைத்தலை சேவித்துவிட்டுக் கண்களில் நீரோடு பேச ஆரம்பித்தான்... "என்னை ஏமாத்திட்டாங்கய்யா!!"

"ஏமாத்திட்டாங்களா... யாரு...?"

"இந்தக் கிராமத்துல சிட்பண்ட்ஸ் வெச்சு நடத்திட்டிருக்கிற கிருஷ்ணப்பிள்ளைத்தாங்கய்யா, அவர்கிட்டே இருபத்தஞ்சாயிரம் ரூபாய் சீட்டு போட்டிருந்தேன். மாசம் ஆயிரம் ரூபா வீதம் இருபத்தஞ்சு மாசம் கட்டணும்னு சொன்னாங்க... நானும் கட்டிக்கிட்டு வந்தேன். இருபது மாசம் கட்டினதுக்கப்பறம் போன வாரம் அஞ்சாயிரம் ரூபாய் தள்ளி சீட்டு எடுத்தேன். அதுப்படி அவங்க எனக்கு இருபதாயிரம் ரூபாய் தரணும். 'ரெண்டுநாள் கழிச்சு வா... பணம் தர்றோம்'னு சொன்னாங்க... அவங்க சொன்ன மாதிரியே ரெண்டு நாள் கழிச்சுப் பணத்துக்காகப் போனேன்... 'பணமா... பணத்தைத்தான் அன்னிக்கே வாங்கிட்டுப் போயிட்டியே'ன்னு சொல்றாங்கய்யா...! 'பணம் எப்பக் கொடுத்தீங்க... ஏன் இப்படி ஏமாத்தறீங்க'ன்னு கேட்டதுக்கு அடியாட்களை விட்டு அடிக்கறாங்கய்யா. எனக்கு நியாயம் கிடைக்கறதுக்காகத்தான் போலீஸ் ஸ்டேஷனுக்கு முன்னாடி தீக்குளிக்க வந்தேன்யா..."

இன்ஸ்பெக்டர் கலியபெருமாள் ஹெட்கான்ஸ்டபிளை ஏறிட்டார். "கிருஷ்ணப்பிள்ளையோட போன் நெம்பர் தெரியுமா?"

"தெரியும் ஸார்..."

"சொல்லு..." டெலிபோனைப் பக்கத்தில் இழுத்து வைத்துக் கொண்டு ஹெட்கான்ஸ்டபிள் சொன்ன எண்களை டயல் செய்தார் கலியபெருமாள். மறுமுனையில் ரிங் போய் ரீஸீவர் எடுக்கப்பட்டது.

"ஹலோ..."

"கிருஷ்ணப்பிள்ளை இருக்காரா...?"

"கிருஷ்ணப்பிள்ளைதான் பேசறேன்..."

"மிஸ்டர் பிள்ளை... நான் இன்ஸ்பெக்டர் கலியபெருமாள் பேசறேன்..."

"சொல்லுங்க ஸார்... என்ன விஷயம்?"

"பொன்ராஜ்ன்னு ஒரு ஆளு... உங்ககிட்டே சீட்டுப் போட்டவனாம். சீட்டுப்பணம் கொடுக்காமே ஏமாத்திட்டீங்களாம். நியாயம் வேணும்னு சொல்லி ஸ்டேஷனுக்கு முன்னாடி தீக்குளிக்க வந்துட்டான்."

மறுமுனையில் கிருஷ்ணப்பிள்ளை பதற்றப்பட்டார்.

"ஸார்... அந்தப் பொன்ராஜ் சொல்றது பொய். ரெண்டு நாளைக்கு முன்னாடி வந்து பணம் இருபதாயிரம் வாங்கிட்டுப் போய்ட்டான்..."

"என்னது... வாங்கிட்டுப் போயிட்டானா?"

"ஆமா... ஸார்..."

கலியபெருமாள் எதிரே நின்றிருந்த பொன்ராஜைக் கோபமாய் ஏறிட்டார்.

"ஏண்டா... பணத்தை வாங்கிட்டியாமே?"

"அய்யா...ஆ...ஆ...ஆ...!" என்று பெரிதாய் அரற்றிவிட்டுத் தலையில் அடித்துக் கொண்டான் பொன்ராஜ். "அவங்க பொய் சொல்றாங்கய்யா... அவங்க பேச்சை நம்பாதீங்கய்யா...பணம் இருக்கிறவங்க பேச்சை நம்பிக்கிட்டு என்னை மோசம் பண்ணிடாதீங்கய்யா..."

கலியபெருமாள் பொன்ராஜைக் கையமர்த்திவிட்டு மறுபடியும் டெலிபோனின் ரிஸீவருக்கு கையைக் கொடுத்தார்.

"மிஸ்டர் பிள்ளை...! நீங்க பணம் தரலைன்னு அவன் சொல்றானே...?"

"பச்சைப் பொய் ஸார்... லாக்-அப்புல வெச்சு கொஞ்சம் லாடம் கட்டுங்க. உண்மையச் சொல்லிடுவான்."

"அவன் பணம் வாங்கிக்கிட்டதுக்கு அடையாளம் நீங்க ஏதாவது கையெழுத்து வாங்கியிருக்கீங்களா...?"

"கையெழுத்து வாங்கல ஸார்... ரெண்டு நாளைக்கு முன்னாடி அந்தப் பொன்ராஜ் பணம் வாங்க வந்தப்ப

என்னோட சம்பந்தி ஒரு கார் ஆக்ஸிடெண்ட்ல மாட்டிக்கிட்டார்ன்னு போன் வந்தது. அப்ப அந்தப் பதட்டமான நேரத்துல அவன்கிட்டயிருந்து கையெழுத்து வாங்க மறந்துட்டேன். அதைக் காரணமா வெச்சிக்கிட்டு மறுபடியும் பணம் கேட்கிறான்னு நினைக்கிறேன் ஸார்...”

“ஸாரி... பிள்ளை...! நீங்க சொல்ற காரணம் எனக்குச் சரியாப்படலை. நீங்க பொன்ராஜுக்குப் பணம் கொடுத்ததுக்கான ஆதாரம் ஏதாவது இருந்தாத்தான் சட்டப்படி அவன் மேல நடவடிக்கை எடுக்க முடியும். நான் பணம் கொடுத்துட்டேன்னு நீங்க வெறும் வாய்ல சொன்னா போதாது. ஏதாவது ஆதாரம் காட்டணும்...”

“இன்ஸ்பெக்டர்...! நான் பொய் சொல்வேன்னு நீங்க நினைக்கிறீங்களா...?”

“பண விஷயத்துல யார் எப்படி வேணும்னாலும் மாறலாமே...?”

“இன்ஸ்பெக்டர்...” பிள்ளை பேச முயல, கலியபெருமாள் குரல் உயர்ந்தது. “ஒருத்தன் தற்கொலை பண்ற அளவுக்கு வந்து இருக்கான்னா அவன் பக்கம் நியாயம் இருக்கிற மாதிரிதான் என்னோட மனசுக்குப்படுது. ஸ்டேஷனுக்கு முன்னாடி தீக்குளிச்சு அவன் செத்துப் போயிருந்தா உங்க மேல வன்கொடுமை வழக்குப் பதிவு பண்ணிக் கைது செய்யறதைத் தவிர வேற வழியில்லை. இன்னிக்கு அவன் தீக்குளிக்க இருந்ததை நாங்க தடுத்துட்டோம்... நாளைக்கு நிலைமை எப்படியிருக்கும்னு சொல்ல முடியாது...”

“இன்ஸ்பெக்டர்... நான் என்ன சொல்ல வர்றேன்னா...?”

“வெரி ஸாரி பிள்ளை... உங்களுக்கு பனிரெண்டு மணி நேரம் டயம். அதுக்குள்ள பொன்ராஜுக்கு நீங்க பணத்தை செட்டில் பண்ணனும். இல்லேன்னா உங்க வீட்டுக்கு முன்னாடி போலீஸ் ஜீப் நிற்கும். அதுக்கப்புறம் உங்க சிட்பண்ட்ஸ் பிஸினஸ் படுத்துடும்... பரவாயில்லையா?”

“வேண்டாம் ஸார்... பணத்தைக் கொடுத்துடறேன்...”

“இப்ப சொன்னீங்களே... இது வார்த்தை!” - ரிஸீவரை உற்சாகமாய் வைத்தார் கலியபெருமாள்.

ரூபாய் இருபதாயிரத்தைப் பெட்டியில் வைத்துப் பூட்டிய பொன்ராஜின் மனசுக்குள் சந்தோஷம் கும்மியடித்தது.

‘ஐந்து லிட்டர் மண்ணெண்ணெயைத் தலையில் ஊற்றிக்கொண்டு ஒரு சின்ன டிராமா பண்ணியதில் இருபதாயிரம் ரூபாய் லாபம். சம்பந்திக்கு கார் ஆக்ஸிடெண்ட் என்று சொன்னதுமே பிள்ளை பதறியடித்துக் கொண்டு என்னிடம் கையெழுத்து வாங்காமல் போனதுக்கு போனஸ் இருபதாயிரம் ரூபாய்...!’

பொன்ராஜுக்கு சந்தோஷத்தைக் கொண்டாட வேண்டும் போல் இருந்தது. ‘வெளியே லேசாய் பெய்து கொண்டிருந்த மழைக்கு பெப்பர் சிக்கனும் ஒரு குவார்ட்டரும் கையில் இருந்தால் சூப்பராய் இருக்குமே!’

வீட்டைப் பூட்டிக் கொண்டு தலையில் துண்டைப் போட்டபடி லேசாய்ப் பெய்துகொண்டிருந்த மழையில் ஒயின் ஷாப்பை நோக்கி நடந்தான் பொன்ராஜ்.

மறுநாள் காலை வந்த எல்லா நாளிதழ்களிலும் ஏதாவது ஒரு பக்கத்தில் ஒரு சின்ன பகுதியில் அந்தச் செய்தி இடம் பிடித்து இருந்தது.

மின்னல் தாக்கி உடல் கருகி இளைஞர் மரணம். சமத்தூர் கிராமத்தைச் சேர்ந்தவர் இளைஞர் பொன்ராஜ். வயது 25. நேற்று கிராமத்து வீதியில் மழையில் நனைந்தபடி சென்று கொண்டிருந்தபோது மின்னல் இவரைத் தாக்கியது. அதே இடத்தில் உடல் கருகி உயிரிழந்தார். இவரையும் சேர்த்து, தமிழகத்தில் பெய்துவரும் மழைக்கு நான்கு பேர் பலியாகியுள்ளனர் என்பது குறிப்பிடத்தக்கது.

நியூஜெர்ஸி தேவதை

"ஹேய்! ராட்டா கிஷ்டன்."

நியூ ஜெர்ஸி லார்ட் கிங் யூனிவர்ஸிடியின் பச்சைப்பசேல் புல்வெளியில் நடந்து கொண்டிருந்த ராதாகிருஷ்ணனுக்கு, திரும்பிப் பார்க்காமலேயே அழைப்பது யார் என்று புரிந்தது. தன்னுடைய பெயரான ராதாகிருஷ்ணனை இந்த யூனிவர்ஸிடியிலேயே மெர்லி ஒருத்திதான் இப்படி அழகாய் கடித்துத் துப்புவாள்.

ராதாகிருஷ்ணன் சற்று திரும்பிப் பார்த்தான். மெர்லி கையில் இரண்டு புத்தகங்களோடு வந்து கொண்டிருந்தாள். தோல் சீவிய வெள்ளரிப்பழ நிறம், பொன்னிறக் கூந்தல்... நீலமும் லேசாய் பச்சையும் கலந்த அபார காம்பினேஷனில் கண்கள், ஒரு அரேபியக் குதிரையின் உயரம், மொசைக் தொடைகளை எழுபது சதவீதம் காட்டும் குட்டைப் பாவாடை, அபாரமாய் அவிழ்ந்து கிடக்கும் மேல் பொத்தான்கள்... இவள் மெர்லி... அதாவது ராதாகிருஷ்ணனின் அகராதியில் நியூஜெர்ஸி தேவதை.

மெர்லி தன் கையில் வைத்திருந்த ஏரோகிராம் கவரை நீட்டினாள்.

“உனக்கு ஒரு லெட்டர்.”

ராதாகிருஷ்ணன் வாங்கிப் பார்த்தான். ஃப்ரம் அட்ரஸைப் பார்த்ததும், சூடுபட்ட பாலிதீன் பேப்பராய் அவன் முகம் சுருங்க, மெர்லி கேட்டாள்.

“என்ன ராட்டாகிஷ்டன்...! லெட்டரைப் பார்த்ததுமே உன்னுடைய முகம் மாறிவிட்டது. யார் அது...?”

இந்த வெளிநாட்டுப் படிப்பைப் படித்துவிட்டு, இந்தியா திரும்பியதும் தன்னைக் கல்யாணம் செய்துகொள்வதற்காகக் காத்திருக்கும் அத்தை மகள் என்கிற உண்மையை மெர்லியிடம் சொல்ல ராதாகிருஷ்ணன் தயாராக இல்லை. எனவே பொய் சொன்னான். அப்பட்டமான பொய்.

“மெர்லி...! பாக்கியலட்சுமி என்னுடைய நண்பன். எம்.சி.ஏ படித்துவிட்டு அமெரிக்காவில்தான் வேலை பார்ப்பேன் என்று பிடிவாதமாக கிராமத்தில் உட்கார்ந்து கொண்டு எனக்கு வாரம் ஒரு கடிதம் வீதம் போட்டுக் கொண்டு இருப்பவன்.”

மெர்லி சிரித்த சிரிப்பில் அவளுடைய சட்டையின் மேல்பட்டன் கழன்றே விட்டது.

“ராட்டாகிஷ்டன்...! நாளைக்கு என்னுடைய பிறந்த நாள். வழக்கமாய் வீட்டில் அப்பா, அம்மாவோடு கொண்டாடுவேன். லாஸ்கோவிலிருந்து என்னுடைய அண்ணனும் வந்துவிடுவான். பொதுவாய் என்னுடைய பிறந்த நாளுக்கு வெளியிலிருந்து நான் யாரையும் அழைக்க மாட்டேன். இந்த முறைதான் அழைக்கிறேன்... நீ வந்து கலந்து கொண்டால் ரொம்பவும் சந்தோஷப்படுவேன்.”

ராதாகிருஷ்ணன் இதயம் ஒரு இலவம் பஞ்சாக மாறியது. இந்த சந்தர்ப்பத்தைப் பயன்படுத்திக்கொண்டு மெர்லியிடம் ‘ஐ லவ் யூ’ சொல்லிவிட வேண்டியதுதான்.

ராதாகிருஷ்ணனின் காது மடலை வருடிவிட்டு மெர்லி போய் விட்டாள். அவன் அப்படியே நின்றான்.

கையில் வைத்திருந்த பாக்கியலட்சுமியின் கடிதம் ஒரு இரும்புக்குண்டு மாதிரி கனத்தது.

கடித உறையைக் கிழித்தான். உள்ளேயிருந்து வாடிப் போன செண்பகப்பூவின் இதழ்களோடு அந்தக் கடிதம் வெளிப்பட்டது. வேப்பங்காயை மென்றுவிட்ட உணர்வோடு கடிதத்தைப் பிரித்தான்.

அன்புள்ள ராதா அத்தான் அவர்களுக்கு,

உங்கள் பாக்கியலட்சுமி எழுதிக்கொண்டது. உங்களோடு செல்போனில் பேச எனக்கு ஆசைதான். ஆனால், நம் வீட்டுப் பெரியவர்கள் அதை விரும்பமாட்டார்கள் என்பதால் இந்தக் கடிதம். அப்புறம்...நான் ஒரு விஷயம் கேள்விப்பட்டேன். அது உண்மையா, பொய்யா என்று எனக்குத் தெரியாது. இருந்தாலும் உங்களிடம் கேட்டுவிடுகிறேன். நம் கல்யாண விஷயத்தில் நீங்கள் முன்பு போல் அக்கறைகாட்டுவது இல்லை என்று இங்கே பரவலாய் ஒரு பேச்சு அடிபட்டுக்கொண்டு இருக் கிறது. அதை நான் நம்பவில்லை. மேலும்...

"நம்புடி... நம்பு... அதுதான் உண்மை... நான் படிப்பு முடிஞ்சு இந்தியா வரும்போது ஒரு தேவதையோட வரப்போறேன். நீ ஆரத்தி எடுக்கத் தயாராய் இரு..." வாய்விட்டு சொன்ன ராதாகிருஷ்ணன் கையிலிருந்த கடிதத்தையும் கவரையும் கசக்கி உருண்டையாக்கி பக்கத்திலிருந்த குப்பைத் தொட்டியில் எறிந்தான்.

அடுத்த நாள் மாலை. மணி ஆறு முப்பது.

அபார்ட்மெண்ட் வாசலிலேயே மெர்லி, ஊதா நிறத்தில் ஷார்ட் ஷர்ட்டும், கறுப்பு வர்ண ஜீன்ஸூம், ரேபான் கண்ணாடியும் அவளுக்கு அசத்தலாய் பொருந்தியிருந்தது. தன் இருதயத் துடிப்பு எகிறுவதை ராதாகிருஷ்ணனால் தடுக்க முடியவில்லை.

ஹால் சோபாவில் ஐந்து பேர் வட்டம் போட்டு உட்கார்ந்திருக்க, நடுவே டீபாய் போட்டு அதன்மேல்

டைட்டானிக் கப்பல் வடிவத்தில் பிறந்த நாள் கேக். கேக்கின் மேல் '23' என்ற எண்ணிட்ட நியூமெரிக் மெழுகுவர்த்தி சொருகப்பட்டு இருந்தது.

மெர்லி அங்கேயிருந்த ஐந்து பேரையும் அறிமுகப் படுத்தினாள். "ராட்டா கிஷ்டன்! இவர் என்னுடைய அப்பா லார்ஸன். இது அம்மா கனேரியா. இது அண்ணன் ராபர்ட். லாஸ்கோவில் ஸாஃப்ட்வேர் என்ஜினீயர். அண்ட் தென்... இவர் வில்லியம்ஸ். ஷி ஈஸ் எமிலி... எங்களுடைய குடும்ப நண்பர்கள்."

மெர்லியின் அம்மா கனேரியா தன்னை இளமையாய் காட்டிக் கொள்வதற்காக மாய்ந்து மாய்ந்து அழகுபடுத்திக் கொண்டிருந்தாள். ராதாகிருஷ்ணனின் கையை மெலிதாய்ப் பற்றிக்கொண்டு கேட்டாள்.

"விச் பார்ட் ஆஃப் இண்டியா?"

"சவுத் இந்தியா... கோயம்புத்தூர்..."

"காட்டன் சிட்டி...?"

"எஸ்... எஸ்..."

அப்பா லார்ஸன் அவனுடைய தோளைத் தட்டிக் கொடுத்தார். "மெர்லி உன்னைப் பற்றி நிறையச் சொல்லி யிருக்கிறாள். மெட்ராஸ் யூனிவர்ஸிடியில் கோல்ட் மெடலிஸ்ட்டாமே?"

"ஆமாம்."

அண்ணன் ராபர்ட் 'ஹலோ' ஒன்றை உதட்டளவில் உதிர்த்துவிட்டு சோபாவில் ஒதுங்கி உட்கார்ந்து கொண்டான். வில்லியம்ஸும் எமிலியும் புன்னகைகளோடு நிறுத்திக் கொண்டார்கள்.

"கேக் வெட்டலாமா?"

"ம்..."

மெழுகுவர்த்தியைக் கொளுத்த, எல்லோரும் 'ஹேப்பி பர்த்டே' பாட, மெர்லி கேக்கை வெட்டினாள். முதல் துண்டை எடுத்து அவனுக்கு ஊட்டினாள்.

அதற்குப் பிறகு டின்னர் அமர்க்களப்பட்டது.

சிக்கனும், பீஃப்பும், மீனும் விதவிதமாய் வறுபட்டு பீங்கான் தட்டுகளில் காத்திருந்தன. இது தவிர வெஜிடபிள் சாலட், பழத் துண்டுகள், பெர்ரி, பீட்ஸா, சீஸ் ரோல்கள்.

மெர்லி பெப்பர் சிக்கன் வாயோடு சிரித்தாள். தன் காதலைச் சொல்ல ராதாகிருஷ்ணன் சந்தர்ப்பம் தேடினான்.

"மெர்லி..."

"என்ன...?"

"உன்மேல் எனக்கு ஒரு சிறிய கோபம்..."

"கோபமா? என்ன கோபம்...?"

"பிறந்த நாள் கேக்கை நீ வெட்டினாய். கேக் வெட்டியதும் முதல் துண்டத்தை நீ உன்னுடைய அம்மாவுக்கு அல்லவா ஊட்டியிருக்க வேண்டும். எனக்கு ஏன் ஊட்டினாய்...?"

மெர்லி குரலைத் தாழ்த்தினாள். "கனேரியா என்னைப் பெற்ற அம்மா கிடையாது."

"பின்னே...?"

"நான் என்னுடைய அப்பாவின் முதல் மனைவியான கிறிஸ்டிக்குப் பிறந்தவள். கிறிஸ்டி இப்போது ஹாலிவுட்டில் உள்ள ஒரு சினிமா தயாரிப்பாளருக்கு மனைவி. அதே போல் என்னுடைய அண்ணன் என்று சொன்ன ராபர்ட், கனேரியாவின் முதல் கணவனுக்குப் பிறந்தவன். லார்ஸனுக்கும் கனேரியாவுக்கும் குழந்தைகள் இல்லை. இதை ஒரு பெரிய குறையாக நினைத்து இருவருமே டைவர்ஸுக்காக கோர்ட்டுக்குப் போயிருக்கிறார்கள். அடுத்த வாரம் இரண்டு பேருக்கும் டைவர்ஸ் கிடைத்துவிடும்..."

"மை குட்னஸ்..."

மெர்லி இன்னமும் குரலைத் தாழ்த்தினாள். "வில்லியம்ஸும், எமிலியும் இங்கே எதற்காக வந்திருக்கிறார்கள் தெரியுமா?"

"எதற்கு...?"

"ஏற்கனவே தன் கணவனிடமிருந்து டைவர்ஸ் வாங்கிவிட்ட எமிலி லார்ஸனை மணக்கப் போகிறாள். அதேபோல் வில்லியம்ஸ் கனேரியாவைக் கல்யாணம் செய்து கொள்ளப்போகிறார். எல்லோரும் ஒன்றாய் உட்கார்ந்து பேசத்தான் இந்த பர்த்டே பார்ட்டி..."

ராதாகிருஷ்ணனுக்குக் குமட்டியது.

மெர்லியை பயமாய்ப் பார்த்தான் ராதாகிருஷ்ணன்.

ஒரு பீப் துண்டத்தை ஃபோர்க்கால் குத்தி வாய்க்குள் திணித்துக் கொண்டிருந்த அந்த நியூஜெர்ஸி தேவதை இப்போது அழகாக இல்லை.

மனசுக்குள் எண்ணம் ஓடியது.

'ஸாரி... மெர்லி...! உனக்குப் பிறந்தநாள் பரிசாகச் சொல்ல இருந்த 'ஐ லவ் யூ...' மறுபடியும் என் பாக்கியலட்சுமிக்கே போய்ச் சேர்கிறது...உனக்கு 'குட்பை' மட்டும்தான்!'

அன்றே! அங்கே! அப்பொழுதே!

போலீஸ் கமிஷனர் ஆதர்ஷ் 'இன்-காமிரா' எனப்படும் ரகசிய ஆலோசனைக் கூட்டத்தில் நிதானமான குரலில் பேசிக் கொண்டிருந்தார். கூட்டத்தில் மொத்தம் ஏழு பேர். டெபுடி போலீஸ் கமிஷனர் பார்த்திபராஜன், அஸிஸ்டெண்ட் போலீஸ் கமிஷனர் ஷர்வேஷ், எஸ்.பி. நமோநாராயணன், டி.எஸ்.பி பொன் விக்னேஷ், மேலும் மூன்று கமாண்டோ படை அதிகாரிகள். ஏழு பேருடைய பார்வைகளும், காதுகளும் கமிஷனர் ஆதர்ஷின் அசையும் உதடுகளை விநாடி நேரம் வீணாக்காமல் கவனித்தன.

"மேலிடத்திலிருந்து நமக்குப் பச்சை விளக்கு காட்டப்பட்டு விட்டது. நாளைக் கழித்து மறுநாள் சனிக்கிழமை காலை ஏழு மணிக்கு 'காசிமேடு கஜா'வை என்கௌண்டரில் சாய்த்து விடும்படி கட்டளை. இன்னும் முப்பத்தாறு மணி நேரத்துக்கு இந்தச் செய்தி ரகசியமாய்ப் பாதுகாக்கப்பட வேண்டும். ஊமையின் மௌன விரதம் போல் நம் நடவடிக்கைகள் இருக்கவேண்டும். காசிமேடு

கஜா, ஒரு புத்திசாலியான தாதா. எந்தக் கட்சி ஆட்சிக்கு வந்தாலும் அந்தக் கட்சியில் உள்ள தலைவர்களைக் கைக்குள் போட்டுத் தன் சட்ட விரோத காரியங்களைச் செழிப்பாக்கிக் கொள்பவன். திரை மறைவில் கூலிப்படைத் தலைவனாய் இருந்துகொண்டு இருபத்திரண்டு கொலைகளைச் செய்தவன். இதுவரைக்கும் அவன்மேல் ஒரு எஃப்.ஐ.ஆர் கூட பதிவு செய்ய முடியவில்லை. கள்ளச்சாராயம், கஞ்சா, போதை மருந்து இந்த மூன்றுமே அவனுடைய குடிசைத் தொழில்கள். வெளிநாட்டு இந்தியர்களிடமிருந்து கோடிக்கணக்கில் பணம் வாங்கித் தருவதாகப் பொய் சொல்லி, இங்குள்ள தொழிலதிபர்களை மோசடி செய்த சம்பவங்கள் இன்னமும் வெளிச்சத்திற்கு வராமல் இருட்டிலேயே இருக்கின்றன. ஏமாந்த தொழிலதிபர்களில் ஒருவர் தற்கொலை செய்துகொண்ட சம்பவமும் போன மாதம் நடந்துள்ளது. நாளுக்கு நாள் கஜாவின் அட்டூழியங்கள் பெருகி, அணுக்கதிர் வீச்சைப்போல் தமிழ்நாட்டை நாசப்படுத்திக் கொண்டிருக்கிறது. அந்த நாசத்தைத் தடுக்கத்தான் இந்த என்கௌண்டர். சனிக்கிழமை காலை ஏழு மணிக்கு கஜாவின் எண்பது கிலோ உடம்பு அரசாங்க ரவைகளால் துளைக்கப்பட்டு சல்லடையாக மாற வேண்டும்."

மெதுவான குரலில் பேசி நிறுத்திய கமிஷனர் ஆதர்ஷ், தனக்கு முன்னால் உட்கார்ந்திருந்த ஏழு பேரையும் பார்வையால் கழுவிவிட்டுக் கேட்டார். "இந்த என்கௌண்டரை எப்படி நடத்துவது என்று நமக்குள் ஒரு முறை பேசிப்பார்த்துக் கொள்வது நல்லது...! மிஸ்டர் ஷர்வேஷ்...! முதலில் நீங்கள் சொல்லுங்கள்... எப்படி இந்த என்கௌன்டர் ஆபரேஷனை ஸ்டார்ட் பண்ணலாம்?"

ஷர்வேஷ் சொல்ல ஆரம்பித்தார்.

ராத்திரி நேரக் கடல்காற்று காசிமேட்டுக் குப்பத்தை அலம்பிக் கொண்டிருக்க... பழைய அம்பாஸிடர் கார் ஒன்று கடற்கரையோரத்தில் கட்டப்பட்டிருந்த பங்களாவுக்கு முன்பாய் வந்து நின்றது.

டெபுடி கமிஷனர் பார்த்திபராஜன் இருட்டில் சுற்றுமுற்றும் பார்த்துக் கொண்டு காரிலிருந்து இறங்கி கேட்டை நோக்கிப் போனார். கேட்டில் இருந்த வாட்ச்மேன் அவரைப் பார்த்து திடுக்கிட... பார்த்திபராஜன் சொன்னார்.

"வேலு...! அய்யாவைப் பார்க்கணும்."

"உள்ளே போங்க ஸார். அய்யா முன்னாடி ரூம்லதான் உட்கார்ந்து டிவி பார்த்துட்ருக்கார்..."

பார்த்திபராஜன் நிசப்தமாய் இருந்த அந்த பங்களாவுக்குள் நுழைந்து முன்னறைக்குப் போக... நைட்கவுன் அணிந்து டி.வி பார்த்துக் கொண்டிருந்த கஜா பார்வைக்குக் கிடைத்தான். நாற்பது வயது. காட்டெருமை உடம்பு. கையில் வைத்திருந்த கண்ணாடி டம்ளரில் வெளிநாட்டு விஸ்கி பளபளத்தது.

"அய்யா... வணக்கம்...!" பார்த்திபராஜன் பவ்யமாய்க் கும்பிடு போட, திரும்பிப் பார்த்த கஜா, தன் பாழ்பட்ட பல்வரிசையைக் காட்டினான்.

"அட... டெபுடி ஸாரா...? வாங்க... வாங்க...! என்ன இந்த நேரத்துல...?"

"அய்யாகிட்டே ஒரு விஷயத்தைச் சொல்லிட்டுப் போலாம்னு வந்தேன்..."

"என்ன... சொல்லுங்க..."

"அது... வந்து... வந்து..." என்று மென்று விழுங்கிய பார்த்திபராஜன், தயக்கமாய் என்கெளண்டர் விஷயத்தைச் சொல்ல... கஜாவின் கையில் இருந்த விஸ்கி டம்ளர் நழுவிக் கீழே விழுந்து மண்டையை உடைத்துக் கொண்டது.

"எ... எ... என்னது... என்கெளன்டரா?"

"ஆமாங்கய்யா... வர்ற சனிக்கிழமை காலைல ஏழு மணிக்கு ஆபரேஷனை ஃபிக்ஸ் பண்ணியிருக்காங்க. மேலிடத்திலிருந்து சிக்னல் கொடுத்துட்டாங்க...!

அன்றே! அங்கே! அப்பொழுதே!

அய்யா...! இன்னிக்கு ராத்திரியே நீங்க சென்னையை விட்டு வெளியேறிப் போயிடறது நல்லது. ஊர்ல இருக்கிற ஏழைகளுக்கெல்லாம் நல்லது பண்ற உங்க தங்கமான மனசு எங்க போலீஸ் டிபார்ட்மெண்டுக்குத் தெரியலை...”

கஜா வியர்த்த முகத்தோடு புன்னகைத்தான். “நாலைஞ்சு மாசமா அரசியல்வாதிகளுக்கு ஒழுங்காய் நான் கப்பம் கட்டலை. அந்தக் கோபத்துல என்னைப் போட்டுத்தள்ள காக்கி யூனிஃபார்ம்களோட சேர்ந்துட்டாங்க போலிருக்கு...”

“அய்யா...! இனிமே யாரைத் திட்டியும் பிரயோஜனம் இல்லை... நீங்க இன்னிக்கு ராத்திரியே தப்பிச்சு தலைமறை வாயிடணும். லேட் பண்ணிட்டிருக்க வேண்டாங்கய்யா... லேட் பண்ணப் பண்ண ஆபத்து...”

“எங்கே போறது டெபுடி...?”

“ஆந்திராப் பக்கம் போயிருங்கய்யா.”

“சரியா போச்சு போ! எனக்கும் ஆந்திரா போலீஸுக்கும் ஏற்கனவே ஏழாம் பொருத்தம்... வாரண்ட்டைக் கையில வச்சுக்கிட்டு காத்துக்கிட்டிருக்காங்க... சென்னையிலேயே ஏதாவது ஒரு பக்கம் ஒண்டிக்க வேண்டியதுதான்...! வேற வழியில்லை...!”

கஜா புதிதாய் பெருகிய வியர்வையைத் துடைக்கக்கூடத் தோன்றாமல் யோசனையோடு நடை போட்டான். இரண்டு நிமிஷ நடைக்குப் பின் நின்றான்.

“டெபுடி...”

“அய்யா...!”

“வேளச்சேரியில் சீப்பா வந்ததுன்னு ஒரு பழைய பங்களாவை விலைக்கு வாங்கிப் போட்டீங்களே...? அது காலியாத்தானே இருக்கு.”

“ஆமாங்கய்யா...”

“நான் அங்கே போய் தங்கிக்கறேன்.”

"அய்யா... அது அவ்வளவு வசதியாய் இருக்காதே...?"

"பரவாயில்லை... அட்ஜஸ்ட் பண்ணிக்கிறேன்! ரெண்டு நாளைக்குள்ளே பேச வேண்டியவங்ககிட்ட பேசி கொடுக்க வேண்டிய பெட்டியைக் கொடுத்துட்டா என்கௌன்டர் ஆபரேஷன் குப்பைக் கூடைக்குப் போயிடும். அரசியல்வாதிகளைப் பத்தி எனக்குத் தெரியாதா என்ன?"

மறுநாள் வெள்ளிக்கிழமை காலை பதினொரு மணி. போலீஸ் கமிஷனர் ஆதர்ஷ் 'இன்-காமிரா' மீட்டிங்கில், அந்த ஏழு பேரையும் தனக்கு முன்னால் நிறுத்தி வைத்துக்கொண்டு நெருப்பாய் பொரிந்தார்.

"ஆர்... யு நாட்... அஷேம்ட்... டு... பி... ஏ... போலீஸ்மேன்? நேற்றைக்குக் காலையில் எவ்வளவு ரகசியமாய்க் கூடிப் பேசி என்கௌன்டர் ஆபரேஷனுக்குத் திட்டம் போட்டோம்...! திட்டம் இன்றைக்கு அம்பலம்! அந்தக் காசிமேடு கஜா தலைமறைவாகி விட்டான். எப்படி இந்த விஷயம் வெளியே போயிற்று...?"

டெபுடி கமிஷனர் பார்த்திபராஜன் பதற்றமேயில்லாமல் கமிஷனரை ஏறிட்டார். "ஸார்... என்னோட சந்தேகத்தைச் சொல்லலாமா?"

"சொல்லுங்கள்."

"இந்த இன்-காமிரா மீட்டிங்கில் நடக்கும் விஷயங்களை 'ரிமோட் அப்ஸர்வர்' என்ற கருவி மூலம் யாரோ வெளியே இருந்தபடி ஒட்டுக்கேட்கிறார்கள் என்று நினைக்கிறேன்..."

"ரப்பிஷ்! நீங்க சொல்வது நம்பும்படியாக இல்லை. உங்களில் யாரோ ஒருத்தர் கறுப்பு ஆடு...!"

"ஸார்..." என்று டி.எஸ்.பி. பொன் விக்னேஷ் ஏதோ சொல்ல முயல... கமிஷனர் ஆதர்ஷ் நாற்காலியைத் தள்ளிக்கொண்டு கோபாவேசமாய் எழுந்தார். "ஐ டோன்ட் வான்ட் எனி அக்லி எக்ஸ்ப்ளனேஷன்ஸ் ஃப்ரம் யுவர் சைட்...! ஆல்... ஆஃப்... யூ... கெட் அவுட்..."

பெருமூச்சோடு ஏழுபேரும் தலைகளைத் தொங்கப் போட்டுக் கொண்டு வெளியேறினார்கள்.

மறுநாள் சனிக்கிழமை. காலை மணி 6.45.

வேளச்சேரி பங்களா.

நீளமான கொட்டாவியோடு கஜா படுக்கையிலிருந்து எழுந்து உட்கார்ந்திருக்க, காபி டம்ளரோடு உள்ளே வந்தார் பார்த்திபராஜன். பவ்யமாய் நீட்டினார்.

"அய்யா... காபி..."

கஜா டம்ளரை வாங்கிக் கொண்டு சிரித்தான். "டெப்டி! உங்களை இப்படி லுங்கி பனியனில் பார்க்கும்போது காரைக்குடிலிருந்து வந்த சமையல் ஆள் மாதிரியே இருக்கீர்... தோள்ல துண்டு ஒண்ணுதான் பாக்கி..." என்றவன்.

"இன்னிக்கு என்ன டிபன்...?" என்று கேட்டான்.

"டிபனா...! எதுக்கய்யா டிபன்...?"

"இன்னிக்குக் காலையில சாப்பிட வேண்டாமா?"

"அய்யா...! இப்ப மணி 6.50. இன்னும் பத்து நிமிஷம் போனா ஏழு மணியாயிடும். சரியா ஏழு மணிக்கு ஏற்கனவே திட்டம் போட்டபடி நான் உங்களை என்கௌண்டர் பண்ணியாகணும்."

கஜாவின் முகம் அடியோடு கறுத்தது.

"யோவ்... டெபுடி... என்னய்யா உளர்றே...?"

பார்த்திபராஜன் தன் மார்புக்குக் குறுக்காக கைகளைக் கட்டிக் கொண்டு புன்னகைத்தார்.

"இது உளறல் இல்லை கஜா... சரியாய் ஏழு மணிக்கு நடக்கப் போகிற உண்மை. உன்னை என்கௌன்டர்ல போட்டுத் தள்றதுக்காக மேலிடம் ரெண்டு தடவை எங்களுக்கு 'க்ரீன் சிக்னல்' கொடுத்தாங்க... நாங்களும் தனியறையில் கூடிப் பேசி என்கௌன்டர்க்கான தேதியையும் நேரத்தையும் ஃபிக்ஸ் பண்ணுவோம். ஆனா

109
ராஜேஷ்குமார்

கடைசி நேரத்துல என்ன நடக்குமோ தெரியாது. உன்னை என்கௌன்டர் பண்ண வேண்டாம்னு தகவல் வரும். இந்தத் தடவையும் அதுமாதிரி நடந்துடக் கூடாதேன்னுதான் நானும் கமிஷனரும் தனிப்பட்ட முறையில் பேசி, இப்படியொரு பைபாஸ் திட்டம் போட்டு உன்னைத் தனிமைப்படுத்தினோம். கடந்த ஒரு வருஷகாலமாய் கேடுகெட்ட உன்னை 'அய்யா... அய்யா'ன்னு கூப்பிட்டு கூழைக் கும்பிடு போட்டுப் பழகினது இப்படியொரு பொன்னான சந்தர்ப்பத்துக்காகத்தான்...!"

பார்த்திபராஜன் பேசப் பேச...

கஜா மரணபயத்தில் மூச்சுக் காற்றுக்காகத் தவித்தான்.

வெளியே –

பூட்ஸ் சப்தங்கள்!

நிதர்சனாவின் பிற்பகல்

"மேடம்"

தன்னுடைய பொன் விரல் நகங்களுக்கு வயலட் வண்ண நெய்ல்பாலீஷை தீற்றிக் கொண்டிருந்த நடிகை நிதர்சனா தலை நிமிர்ந்தாள். அவளுடைய பி.ஏ பூபாலன் கழுத்து டையை தேவையில்லாமல் இறுக்கியபடி நின்றிருந்தார். என்ன என்பது போல் தன் கரிய பெரிய விழிகளால் பார்த்தாள்.

"மேடம்... ஒரு வாரமாவே கதிரேசன்னு ஒருத்தர் போன் பண்ணி உங்களைப் பார்த்துப் பேச அப்பாயிண்மெண்ட் கேட்டுகிட்டு இருந்தார். நீங்க யார்ன்னு கேட்டா 'உங்க அண்ணன்'ன்னு சொன்னார். இன்னிக்கு நேர்லயே வந்துட்டார். அவரை..."

நிதர்சனா நாற்காலியைத் தள்ளிக்கொண்டு நேராய் வெட்டிய ஒரு மின்னல் கோடு மாதிரி எழுந்தாள்.

"கதிர் அண்ணன் வந்திருக்காரா... எங்கே...?"

"ரிசப்ஷன்ல உட்கார வெச்சிருக்கேன்... மேடம்."

நிதர்சனா கிட்டத்தட்ட ஓடி ரிசப்ஷன் அறைக்கு வந்தாள். ஒரு செய்தித்தாளைப் புரட்டியபடி சோபாவுக்கு சாய்ந்து உட்கார்ந்திருந்த அந்த இளைஞனின் காலடியில் போய் ஏறக்குறைய விழுந்தாள்.

"கதிரண்ணா... உனக்கு இப்பத்தானா என்னைப் பார்க்கணும்ன்னு தோணிச்சு..?"

அந்த இளைஞன் கதிரேசன் கண்களில் நிரம்பிவிட்ட நீரோடு நிதர்சனாவின் தோள்களைப் பற்றித் தூக்கினான். பக்கம் பக்கமாய் இருவரும் உட்கார்ந்தார்கள்.

"ஸாரி... நிதர்சனா, உன்னைப் பார்க்கணும் பேசணும்ன்னு மனசு துடிச்சாலும், அந்த பழைய கோபமும், வீராப்பும் மெல்ல எட்டிப்பார்த்து ஸ்பீட் பிரேக்கரை போட்டுடும்... ஆனா கடந்த ஒரு வார காலமாய் உன்னைப் பார்த்தேயாகணும்ன்னு மனசுக்குள்ளே ஒரு பெரிய போராட்டம். அதான் பழைய கோபத்தையெல்லாம் தூக்கிப் போட்டுட்டு வந்துட்டேன்."

"அம்மாவும் அப்பாவும் எப்படியிருக்காங்க?"

"நல்லாயிருக்காங்க... நீ சினிமா ஆசையால வீட்டை விட்டு சென்னைக்கு வந்த பின்னாடி அம்மாவுக்கும் அப்பாவுக்கும் அந்த கிராமத்துல இருக்கப் பிடிக்கலை. வீட்டைக் காலி பண்ணிட்டு திருச்சிக்கு போயிட்டோம். அங்கே ஒரு ரெண்டு வருஷம், அப்புறம் மதுரைக்கு வந்தோம்... அங்கே ஒரு மூணு வருஷம். போன வருஷம் ஆகஸ்ட்லதான் எனக்கு சென்னையில் வேலை கிடைச்சது. அம்மாவையும் அப்பாவையும் கூட்டிகிட்டு சென்னைக்கு வந்துட்டேன்."

"சென்னையில் எங்கே வீடு..?"

"அயனம்பாக்கம்."

நிதர்சனா கதிரேசனின் கைகளைப் பற்றிக் கொண்டு அழுதாள். "அண்ணா... சினிமா மேல இருந்த ஆசையால, ஏதோ ஒரு வேகத்துல வீட்டைவிட்டு ஓடி வந்துட்டேன். அது தப்புதான்... கடந்த ஆறு வருஷ காலமாய் நீங்க எங்கே இருக்கீங்கன்னு தேடித் தேடி களைச்சுப் போயிட்டேன். இன்னிக்கு நீயே தேடி வந்துட்டே... அம்மாவுக்கும், அப்பாவுக்கும் இன்னும் என் மேல கோபம் இருக்கா?"

கதிரேசன் கண்ணீரோடு சிரித்தான். "கோபம் இல்லாமே இருக்குமா..? ஒரு வருஷம் வரைக்கும் அம்மாவோட கோபம் இருந்தது. ரெண்டு வருஷம் வரைக்கும் அப்பாவோட கோபம் இருந்தது... எனக்கு மூணு வருஷம் வரைக்கும் இருந்தது. அப்புறம் எல்லாமே நீர்த்து காணாமே போயிருச்சு... போன வருஷம் ஒரு நாள் ராத்திரி உன்னை நேர்ல பார்த்து பேச ஆசைப்பட்டு அழுதுட்டு இருந்தாங்க... எனக்கும் மனசு கேட்கலை. அப்பாவுக்கு நடுவுல சின்னதாய் ஒரு ஹார்ட் ப்ராப்ளம் வந்து சரியாச்சு... அம்மா ரொம்பவும் பயந்துட்டாங்க... அவங்க ரெண்டு பேரும் உன்னை நேர்ல பார்க்க ஆசைப்படறாங்க... ஆனா என்கிட்டே சொல்ல பயப்படறாங்க..."

நிதர்சனா குறுக்கிட்டாள்.

"அண்ணா..! தப்பு பண்ணினது நாந்தான். அவங்க இருக்கிற இடத்துக்கு நாந்தான் போகணும்... வாண்ணா இப்பவே போலாம்."

"திடீர்ன்னு போய் நின்னா நல்லாயிருக்காது நிதர்சனா. அப்பா ஏதாவது பேசினாலும் பேசிடுவார்."

"இல்லேண்ணா... எதிர்பாராத ஒரு விநாடியில் போய் அம்மா அப்பாவுக்கு முன்னாடி போய் நின்னா அது அவங்களுக்கு ஒரு பெரிய சந்தோஷமாய் இருக்கும்." என்று சொன்ன நிதர்சனா திரும்பிப் பார்த்து குரல் கொடுத்தாள்.

"பூபாலன்."

"மேடம்" கதவோரமாய் நின்றிருந்த பூபாலன் உள்ளே வந்தார். நிதர்சனா கேட்டாள்.

"இன்னிக்கு நாம யார்க்கு கால்ஷீட் கொடுத்து இருக்கோம்..?"

"சூர்யப்ரகாஷ் புரொடக்ஷனுக்கு."

"கான்சல் பண்ணிட்டு வேற டேட் குடுத்துடுங்க."

"எஸ்... மேடம்."

"வாண்ணா போலாம்..!"

நிதர்சனா எழுந்து கொண்டாள்.

அயனம்பாக்கத்தில் இருந்த அந்த குட்டி பங்களாவுக்கு முன்பாய் போய் காரை நிறுத்தினான் கதிரேசன்.

இருவரும் இறங்கிக் கொண்டார்கள்.

"அண்ணா... வீடு அழகாயிருக்கு..."

"புதுசா கட்டின வீடு. விலைக்கு வந்தது வாங்கிட்டேன்... அக்கம் பக்கத்துல வீடுகள் இல்லை. போகப் போக டெவலப் ஆகும்."

காம்பவுண்ட் கேட்டைத் திறந்துகொண்டு உள்ளே போனார்கள்.

"நிதர்சனா."

"ம்..."

"அப்பா டென்ஷனாகி ஏதாவது பேசினாலும் பதிலுக்கு நீ ஏதும் பேசிடாதே!"

"அதையெல்லாம் நான் பார்த்துக்கிறேண்ணா."

கதிரேசன் வாசற்படி ஏறி காலிங்பெல்லை அழுத்த சில விநாடிகளுக்குப் பின் கதவு திறந்தது.

ஒரு வேலைக்கார பெண் நின்றிருந்தாள். கதிரேசன் உள்ளே நுழைந்து கொண்டே கேட்டான்.

"அம்மாவும் அப்பாவும் எங்கே இருக்காங்க?"

"இப்பத்தான் மாடிக்குப் போனாங்க."

"வா... நிதர்சனா!"

இருவரும் மாடிப்படிகளில் ஏறினார்கள். நிதர்சனாவின் இருதயத்துடிப்பு எகிறியது.

"அ... அ... அண்ணா!"

"என்ன பயமாய் இருக்கா?"

"சின்னதாய் ஒரு டென்ஷன்..!"

"அம்மாவையும், அப்பாவையும் பார்த்துட்டா அந்த டென்ஷன் காணாமே போயிடும்."

இருவரும் மாடிப்படிகளை முடித்துக் கொண்டு வராந்தாவில் இருந்த அந்த சாத்தப்பட்ட அறைக்கு முன்பாய் நின்றார்கள்.

கதிரேசன் கதவைத் திறந்துகொண்டு உள்ளே போனாள். நிதர்சனா பின் தொடர்ந்தாள்.

பெரிய அறை.

அறையில் யாரும் இல்லை. நிதர்சனாவின் கண்கள் அம்மாவையும் அப்பாவையும் தேடியது.

"என்ன நிதர்சனா... அம்மாவையும் அப்பாவையும் எங்கேன்னு பார்க்கறியா..?"

"ஆ... ஆமா..."

"அதோ மேலே பார்..."

அவன் சுட்டிக் காட்டியப் பக்கம் பார்வையைத் திருப்பினாள் நிதர்சனா.

இடது பக்க சுவரின் மேற்பரப்பில், அம்மா அப்பாவின் போட்டோக்கள் வாடிய மாலைகளோடு தெரிய, அருகிலேயே நிதர்சனாவின் போட்டோ புதிய மாலையோடு தெரிந்தது.

115

ராஜேஷ்குமார்

நிதர்சனாவின் மூளைப் பிரதேசத்தில் மெள்ள மெள்ள ஒரு கலவரம் உருவாகி விழிகள் நிலைகுத்தியது. ஸ்தம்பித்த பார்வையுடன் அண்ணன் கதிரேசனிடம் திரும்பினாள்.

சுவரில் தொங்கிக் கொண்டிருந்த புகைப்படங்களை காட்டி கேட்டாள்.

"என்னண்ணா இது?"

"பார்த்தா தெரியலையா... அம்மாவும் அப்பாவும் உயிரோட இல்லை... நீ என்னிக்கு சினிமா ஆசையால வீட்டை விட்டு ஓடிப்போனியோ அன்னியிலிருந்து சரியா ஒரு மாசம்தான் உயிரோட இருந்தாங்க. அப்பாவாலே மன உளைச்சலைத் தாங்கிக்க முடியலை. கிராமத்துல இருக்க பிடிக்காமே கேரளா பக்கம் போயிட்டோம். அன்னிக்கு ராத்திரி அப்பாவுக்கு ஹார்ட் அட்டாக். பனிரெண்டு மணிக்கு உயிரை விட்டார்.

அப்பாவோட இழப்பைத் தாங்கிக்க முடியாத அம்மா அடுத்த ஒரு மணி நேரத்துக்குள்ளே குளியலறைக்குள்ள போய் தூக்கு மாட்டிகிட்டாங்க... அம்மா, அப்பாவோட இறுதி காரியங்கள் நடந்துட்டு இருக்கும் போதே, உன்னைவிட ஒரு அஞ்சு நிமிஷமே வயசு மூத்த உன்னோட அக்கா ஜான்சி சாணிப் பவுடரைக் கரைச்சு குடிச்சுட்டா. ஒரே நாள்ல நான் மூணு பேரையும் பறிகொடுத்துட்டு பித்து பிடிச்சவன் மாதிரி இருந்தேன். ஒட்டு மொத்த கிராமமே நம்ம வீட்டு வாசல்லதான் இருந்தது. நீ அப்ப வடநாட்டுல ஏதோ ஒரு சூட்டிங் ஸ்பாட்ல இருந்ததா பேப்பர் நியூஸ் பார்த்து தெரிஞ்சுகிட்டேன்."

கதிரேசன் அழுகைத் தெறிக்கும் குரலோடு பேசிக்கொண்டிருக்க, அம்மா, அப்பாவின் மாலையிட்ட போட்டோக்களுக்குப் பக்கத்தில் தன்னையே ஜெராக்ஸ் எடுத்த மாதிரி இருந்த தன்னோட ட்வின்ஸ்ஸான ஜான்சியின் போட்டோவை நீர் நிரம்பிய விழிகளோடு பார்த்தாள் நிதர்சனா.

முதலில் அது தன்னுடைய போட்டோ என்று நினைத்து அதன் பயனாக அடிவயிற்றில் உறைந்து போயிருந்த பயமும், திகிலும் இப்போது சிறிது சிறிதாய் கரைந்து காணாமல் போயிருந்தது. வியர்வை நாளங்கள் சுரப்பதை நிறுத்தியிருந்தன.

கதிரேசனிடம் திரும்பி அவனிடம் ஏதோ பேச முயன்ற விநாடி அவன் விரக்தியாய் புன்னகைத்துவிட்டு போனான்.

"ஜான்சியோட போட்டோவைப் பார்த்துட்டு அது உன்னோட போட்டோன்னு நினைச்சுட்டே போலிருக்கு. உயிரோட இருக்கிறவங்களோட போட்டோவுக்கு மாலை போடற பழக்கம் எனக்கு கிடையாது. இந்த வீட்டு தோட்டதுக்கு பின்னாடி ரோஜாத் தோட்டம் போட்டிருக்கேன். நிறைய பூ பூக்கிற நேரத்துல இப்படி மாலையா கட்டி ஜான்சியோட போட்டோவுக்கு போடுவேன். ஏன்னா ஜான்சிக்கு ரோஜான்னா ரொம்பவும் பிடிக்கும்."

"அ...அ...அண்ணா..!" நிதர்சனா கண்களில் நீர் சிதற விம்மினாள். கதிரேசன் நா தழுதழுக்க தொடர்ந்து பேசினான்.

"நிதர்சனா... உனக்கு அப்பா வெச்ச பேரு வள்ளியம்மை... 1997-ம் வருஷம் ஆகஸ்ட் பதினஞ்சாம் தேதி அம்மாவுக்கு ட்வின்ஸா ரெண்டு பெண் குழந்தைகள் பொறந்தப்ப அப்பா பட்ட சந்தோஷம் இருக்கே, சொல்லி மாளாது. அப்போ எனக்கு ஆறுவயசு. அப்பாவுக்கு எப்பவுமே இந்த நாட்டு சுதந்திரத்துக்காக பாடுபட்ட தலைவர்கள் மீது அளவு கடந்த பக்தி கலந்த மரியாதை. அந்த மரியாதையின் காரணமாய்தான் உனக்கு தில்லையாடி வள்ளியம்மையின் பேரையும், உன்னைவிட அஞ்சு நிமிஷம் மூத்த குழந்தைக்கு ஜான்சி ராணின்னும் பேர் வெச்சார். ஒழுக்கமாய் வளர்த்தார். ஆனா ஒழுங்காய் வளர்ந்தது ஜான்சி மட்டும்தான். நீயில்லை. சினிமா மேலேயும், சினிமா நடிகைகள் மேலேயிருந்த மோகமும் உன்னை வீட்டை விட்டு வெளியே ஓட வெச்சது. அதுவும் எப்படிப்பட்ட நேரத்துல...!"

117
ராஜேஷ்குமார்

“அ...அ...அண்ணா?”

“குறுக்கே பேசாதே... நீ பண்ணின துரோகம் எப்படிப் பட்டதுன்னு உனக்கு இன்னொரு தடவை சொன்னாத்தான் புரியும். ஜான்சிக்கு கல்யாணம் பண்ணனும்ன்னு அம்மாவும் அப்பாவும் நினைச்சு ஜாதகத்தை கையில எடுத்துகிட்டு மாப்பிள்ளை பார்க்க ஆரம்பிச்சாங்க... விவசாயம் பார்த்து சம்பாதிச்ச பணத்துல எழுபத்தஞ்சு பவுன் நகை பண்ணி வெச்சிருந்தாங்க. நம்ம கிராமத்துல சூட்டிங் நடந்த வந்த எவனோ ஒரு சினிமா டைரக்டரை நம்பி அத்தனை நகையையும் அள்ளிகிட்டு அவன் கூட ஓடிப் போயிட்டே.”

“அ...அ...அண்ணா... எதையும் சொல்லிக் காட்டாதே... நான் பண்ணினது தப்புதான்... உன் கால்ல விழுந்து மன்னிப்பு கேட்டுக்கிறேன்.”

“மன்னிப்பு கேட்டுட்டா எல்லாம் சரியாயிடுமா?”

“நான் வேற என்ன பண்ணனும்?”

“நம்ம அம்மா, அப்பா, ஜான்சிக்கு நீ அஞ்சலி செலுத்தணும். அதுக்காகத்தான் இந்த வீட்டுக்கு உன்னைக் கூட்டிட்டு வந்தேன்.”

“இதை நீ சொல்லணுமாண்ணா... இதோ இப்பவே” என்று சொன்னவள் போட்டோக்கள் இருந்த பக்கமாய் திரும்பி அப்படியே மண்டி போட்டு உட்கார்ந்தாள். கதிரேசன் சிரித்தான்.

“இப்படி அஞ்சலி செலுத்தினா அவங்களுக்கு பிடிக்காது நிதர்சனா... நீ வேற மாதிரி அஞ்சலி பண்ணனும்.”

“வேற மாதிரின்னா?”

“அதுக்குப் பேரு மரணாஞ்சலி.”

“மரணாஞ்சலியா... நீ என்ன சொல்ல வர்றேன்னு எனக்கு புரியலையண்ணா.”

“புரியும்படியாவே சொல்றேன்.” என்று சொல்லி தனக்கு பின்பக்கம் பார்த்து குரல் கொடுத்தான்.

“புவனா.”

அடுத்த விநாடியே கதவுக்கு வெளியே இருந்து அந்த வேலைக்கார பெண்ணின் முகம் தெரிந்தது.

“அய்யா...!”

“அந்த ரெண்டையும் கொண்டா...!”

நிதர்சனா குழப்ப முகத்தோடு கதிரேசனைப் பார்த்துக்கொண்டிருக்கும்போதே அந்த வேலைக்காரப் பெண் உள்ளே வந்து அந்த இரண்டு பொருள்களையும் அங்கேயிருந்த ஸ்டூலின் மேல் வைத்துவிட்டுப் போனாள்.

நிதர்சனாவின் பார்வை அந்தப் பொருள்களின் மேல் படிந்தது.

ஒரு மீட்டர் நீளத்தில் தாம்புக் கயிறும், சிறிய கண்ணாடி பாட்டிலில் பாதியளவுக்கு மஞ்சள் நிறப் பொடியும் பார்வைக்குத் தட்டுப்பட்டது.

கதிரேசன் அந்தக் கயிற்றை கையில் எடுத்து வைத்துக் கொண்டு குரலைத் தாழ்த்தினான்.

“இது என்ன கயிறுன்னு பார்க்கறியா...? இந்த ரெண்டு முழக் கயித்துலதான் நம்ம அம்மா தொங்கி உயிரை விட்டாங்க. அம்மா உடம்பை கீழே இறக்கி கயித்தை அவிழ்க்கும் போதே இந்த கயிறு உனக்குத்தான்னு முடிவு பண்ணி பத்திரமாய் எடுத்து வெச்சுகிட்டேன். அதே மாதிரி ஜான்சி சாணப் பவுடரைக் கரைச்சு குடிச்சு உயிரை விட்டப்ப பாதி பாட்டிலுக்கு மேல் மீதியிருந்த இந்த சாணிப் பவுடரையும் உனக்குத்தான் ரிசர்வ் பண்ணி வெச்சுட்டேன்.”

நிதர்சனாவின் உடம்பிலிருந்த ஒட்டு மொத்த வியர்வை நாளங்களும் உடைப்பெடுத்துக் கொள்ள பயத்தில் நனைந்தாள். கதிரேசன் இன்னமும் குரலைத் தாழ்த்தினான்.

"நிதர்சனா...! இந்த இரண்டுல ஏதாவது ஒண்ணை நீ உபயோகப்படுத்தித்தான் நம்ம அம்மா, அப்பாவுக்கும், ஜான்சிக்கும் மரணாஞ்சலி செலுத்தணும். நீ இப்படிப்பட்ட அஞ்சலியை செலுத்தினாத்தான் அவங்களோட ஆத்மா சாந்தி அடையும்...!"

"அ...அ... அண்ணா...!"

"பேசாதே... நிதர்சனா...இனிமேல் காரியம்தான். இந்த ரெண்டுல நீ எதை வேணும்ன்னாலும் யூஸ் பண்ணிக்கலாம். உனக்கு கயித்துல தொங்க பயமாய் இருந்தா... சாணிப் பவுடரைக் கரைச்சு குடிச்சுடு. அதோ தண்ணி பாட்டில் அங்கேயிருக்கு... உனக்கு சரியா ஒரு மணி நேரம் டயம் தர்றேன். நல்லா யோசனை பண்ணி உனக்கு எப்படி அஞ்சலி செலுத்த ஆசையோ அப்படி அஞ்சலி செலுத்திடு... நான் இந்த ரூமை வெளிப்பக்கமா பூட்டிகிட்டு போயிடுவேன். ஒரு மணி நேரம் கழிச்சு நான் வந்து கதவைத் திறந்து பார்க்கும் போது ஒண்ணு கயித்துல தொங்கணும். இல்லேன்னா சாணிப் பவுடரைக் கரைச்சுக் குடிச்சுட்டு வாய்ல நுரை தள்ளி மல்லாந்து விழுந்திருக்கணும்...!"

நிதர்சனா திகிலடித்துப் போய் அப்படியே உட்கார்ந் திருக்க கதிரேசன் அறையினின்றும் வெளியேறினான். கதவருகே சென்றவன் மறுபடியும் திரும்பி நிதர்சனாவின் அருகே வந்து குனிந்தான்.

"நீ செத்ததுமே நான் போலீஸ்ல மாட்டிக்குவேனேங்கிற கவலை உனக்கு வேண்டாம். ஏன்னா... இந்த இடத்துல நீ எப்படி உயிரை விட்டாலும் சரி, அடுத்த நிமிஷமே நான் போலீஸீக்கு போன் பண்ணி விபரத்தைச் சொல்லி நானே சரண்டராயிடுவேன்... நம்ம குடும்பத்துல எல்லாரும் போன பின்னாடி நான் ஒருத்தன் மட்டும் சந்தோஷமாயிருக்க எனக்கு விருப்பமில்லை. சட்டம் தர்ற தண்டனையை ஏத்துக்கப் போறேன்... என்னைத் தூக்குல போட்டாலும் சரி, ஆயுள் பூராவும் ஜெயில்ல போட்டாலும் சரி... நான்

மனசளவிலே என்னிக்கோ தயாராயிட்டேன். பொண்டாட்டி, குழந்தை இருந்தாத்தான் வாழணும்ங்கிற ஆசை வரும்... எனக்குத்தான் யாரும் இல்லையே...? எனக்குப் பின்னாடி இந்த வீடும், என்கிட்ட இருக்கிற கொஞ்ச பணமும் இத்தனை வருஷங்களாய் எனக்கு சமைச்சு போட்டுகிட்டிருந்த இந்த வேலைக்காரி புவனாவுக்குத்தான் போன மாசம் உயிலும் எழுதி வெச்சுட்டேன். இப்ப எனக்கு இருக்கிற ஒரேயொரு ஆசை உன்னோட மரணாஞ்சலியைப் பார்க்கிறதுதான். நீ இன்னும் ஒரு மணி நேரத்துக்குள்ளே உயிரில்லாத உடம்பாய் இந்த அறைக்குள்ளே மாறியிருக்கணும்... இல்லேன்னா இந்த கத்திக்கு நான் வேலை கொடுக்க வேண்டியிருக்கும்." சொன்ன கதிரேசன் தன்னுடைய இடுப்பின் மறைவில் ஒளிந்திருந்த அந்த ஒன்பது அங்குல நீள கத்தியை எடுத்துக் காட்டி விட்டு அறையினின்றும் வெளியேறினான்.

அடுத்த சில விநாடிகளில் கதவு சாத்தப்பட்டு தாழிடும் சத்தம் பெரிதாகக் கேட்டது. நிதர்சனா தன்னுடைய சகல அவயங்களிலும் அதிர்ந்து போனவளாய் சுவரில் மாட்டியிருந்த போட்டோக்களைப் பார்த்தபடி சாய்ந்து உட்கார்ந்தாள்.

ஸ்டூலின் மேல் வைக்கப்பட்டிருந்த அந்த ஒரு மீட்டர் நீள தாம்புக் கயிறும், பாட்டிலில் இருந்த சாணிப் பவுடரும் அவளுடைய பார்வையில் பட்டு உடம்பில் இருந்த ஒவ்வொரு செல்லையும் உலுக்கியது.

சரியாய் ஒரு மணி நேரம் கரைந்து போயிருக்க, தாழ்ப்பாள் விலகி கதவு திறக்கப்பட்டு கதிரேசன் உள்ளே நுழைந்தான்.

நிதர்சனா கண்ணில்படவில்லை.

ஸ்டூலின் மேல் வைக்கப்பட்டு இருந்த தாம்புக் கயிறும் சாணிப்பவுடர் பாட்டிலும் அதே இடத்தில் அப்படியே இருந்தன.

கதிரேசன் சுற்றும் முற்றும் பார்க்க, அவனுடைய பார்வையில் சுவரின் இடதுபக்க மூலையில் ஒரு

கோழிக்குஞ்சு போல் வெடவெடக்கும் உடம்போடு ஒண்டியிருந்த நிதர்சனா பட்டாள்.

நிதானமாய் அவளை நோக்கி நடை போட்டான் கதிரேசன். அவள் எதிரே போய் நின்று கேலியான குரலில் கேட்டான்.

"என்ன... சாக மனசு வரலையா...?"

நிதர்சனா நீர் நிரம்பிய விழிகளோடு கதிரேசனின் இரு கால்களையும் நடுங்கும் விரல்களால் பற்றிக் கொண்டாள்.

"அ...அ...அண்ணா எனக்கு பயமாயிருக்கண்ணா..."

"என்னது பயமா... அதுவும் உனக்கா...? அப்படி ஒரு பயம் உனக்கு இருந்திருந்தா எங்க எல்லாரையும் விட்டுட்டு சினிமா ஆசையில் எவனோ ஒருத்தனோட ஓடியிருக்கமாட்டியே?"

நிதர்சனா மேற்கொண்டு பேசும் முன் வேலைக்காரி புவனா உள்ளே வந்தாள்.

"அய்யா... நிதர்சனா அம்மாவை பயமுறுத்தினது போதும். வீட்டுக்கு அனுப்பிடுங்க... என்னால இனியும் பார்த்துட்டு இருக்க முடியாது. மனசுக்கு ரொம்பவும் கஷ்டமாயிருக்கு...!"

கதிரேசனின் உதடுகளில் ஒரு சிறு புன்னகை உதித்தது.

"எந்திரி நிதர்சனா..."

நிதர்சனா ஸ்லோமோஷனில் குழப்ப முகத்தோடு எழுந்து நின்றாள்.

"அ... அ... அண்ணா!"

"பயப்படாதே... மரணத்தோட வலி எப்படி யிருக்கும்ன்னு உனக்கு புரிய வைக்கத்தான் ஒரு மணி நேரம் கிளாஸ் எடுத்தேன். ஒருவேளை நீ என்னோட வார்த்தைக்குக் கட்டுப்பட்டு தற்கொலை பண்ணிக்க முடிவு எடுத்து இருந்தாலும் அதை செயல்படுத்தியிருக்க முடியாது. ஏன்னா

இந்த அறைக்குள்ளெ நீ கயித்தைக் கட்டி தூக்கு மாட்டிக்க எந்த குறுக்குச் சட்டமோ ஃபேனோ கிடையாது. அதே மாதிரி அந்தப் பாட்டில்ல இருக்கிறதும் சாணிப் பவுடர் கிடையாது. கேசரிக்குப் போடற மஞ்சள் பவுடர்...”

“அ...அ...அண்ணா...”

“கடந்த ஒரு மணி நேரத்துக்குள்ளே மரணத்தோட வலி எப்படிப்பட்டதுன்னு உனக்கு ஒவ்வொரு விநாடியும் புரிஞ்சிருக்கும். அந்த தண்டனையை நீ அனுபவிக்கணுங்கிறதுக்காக இந்த வீட்டுக்கு உன்னைக் கூட்டிட்டு வந்தேன். தண்டனைக் காலம் முடிஞ்சுது புறப்படு. உன்னை உன்னோட வீட்ல கொண்டு போய் விட்டுடறேன். இனிமே நீ என்னை நினைக்கக்கூடாது. நானும் உன்னை நினைக்க மாட்டேன். இந்த நிமிஷத்திலிருந்து நீ யாரோ... நான் யாரோ... ம்... புறப்படு. உன்னை உன் வீட்ல கொண்டு போய் விட்டுடறேன்.

“அ...அ...அண்ணா...”

“என்னை இனிமே அப்படி கூப்பிடாதே. இப்போ உன்னை ஒரு ட்ரைவராய்தான் கூட்டிகிட்டு போறேன். கார்ல போகும் போதும் என் கூட ஏதும் பேசக் கூடாது. மீறி ஒரு வார்த்தை பேசினாலும் நடுரோடுன்னு கூட பார்க்காமே இறக்கி விட்டுவேன். வெளியே கார் நிக்குது போய் ஏறு.”

கதிரேசன் சொல்லிவிட்டு நடக்க ஆரம்பித்துவிட, நிதர்சனா தலை குனிந்தபடி அவனைப் பின் தொடர்ந்தாள்.

மறுநாள் காலை பதினோரு மணி,

நிதர்சனாவின் பங்களா.

தன்னுடைய அறைக்குள் உட்கார்ந்து நெயில் பாலீஷ் பூச்சுகளை டைலூட் லோசனைத் தொட்டு பிரஷ்ஷால் அழித்துக் கொண்டிருந்த நிதர்சனாவுக்கு முன்பாய் போய் நின்றார் மானேஜர் பூபலன்.

"கூப்பிட்டீங்களா மேடம்?"

"ஆமா."

"சொல்லுங்க மேடம்."

"கைவசம் எனக்கு எத்தனை படம் இருக்கு?"

"எட்டு படம் மேடம்."

"அதுல ரெண்டு படம் முடியறமாதிரி இருக்கு இல்லையா?"

"ஆமா மேடம்."

"எத்தனை நாள் கால்ஷீட் தரணும்?"

"நாற்பத்தாறு நாள்."

"பாக்கி ஆறு படத்துக்கு அட்வான்ஸ் எவ்வளவு வாங்கியிருக்கோம்?"

"பனிரெண்டு கோடி."

"அந்த பனிரெண்டு கோடியையும் தயாரிப்பாளர்களுக்கு திருப்பிக் கொடுத்துட்டு காண்ட்ராக்ட்டை கேன்ஸல் பண்ணிடுங்க."

பூபாலன் அதிர்ந்து போனவராய் நிமிர்ந்தார்.

"மே...மேடம்... எதுக்காக... இப்படி?"

"ஏன் எதுக்குன்னு கேள்வி கேட்காதீங்க... இனிமேல் நான் நடிக்கப் போறது இல்லை. இன்னும் கொஞ்ச நேரத்துல மீடியா பீப்பிளை கூப்பிட்டு சொல்லிடப் போறேன்..."

"மேடம்... வந்து..."

"எதுவும் பேச வேண்டாம்... சொன்னபடி செய்யுங்க."

"சரி... மேடம்..."

"அப்புறம் இன்னொரு விஷயம்."

"எ... என்ன மேடம்...?"

"இந்த நிதர்சனா பேர் எனக்குப் பிடிக்கலை. கெஜட்ல மாத்தணும்... அதுக்கு என்ன மாதிரியான ஃபார்மாலிடீஸ் இருக்குன்னு விசாரிச்சு சொல்லுங்க...!"

"சரி மேடம்...!"

"நான் மாத்திக்கப் போற பேர் என்னன்னு தெரியுமா பூபாலன்?"

"சொல்லுங்க மேடம்."

"வள்ளியம்மை."

பூவில் செய்த ஆயுதம்

ராத்திரி மணி பத்தரை.

'இனி வீட்டுக்குப் புறப்பட வேண்டியதுதான்!' என்று டாக்டர் ஈஸ்வர் நினைத்து நாற்காலியை விட்டு எழ முயன்ற விநாடி, நர்ஸ் சகாயமேரி வேகவேகமாய் உள்ளே வந்தாள்.

"டாக்டர்..."

"என்ன...?"

"ஒரு எமர்ஜென்ஸி கேஸ்..."

"பேஷண்ட்டோட வந்தவங்க எப்படி...? பார்ட்டி சவுண்டா... இல்ல... கார்ப்பரேஷன் ஆஸ்பத்திரி கேஸா...?"

"பசையுள்ள பார்ட்டிதான் டாக்டர்... ஃபோர்ட் ஐகான் கார்ல வந்து இறங்கியிருக்காங்க..."

ஈஸ்வர் எழுந்து காஸுவாலிடி வார்டை நோக்கிப் போனார். ஒரு நிமிஷ நடை. வார்டுக்கு வெளியே நடுத்தர வயதுகளில் நான்கு பெண்களும் ஒரு ஆணும் கலக்கமான முகங்களோடு நின்றிருந்தார்கள்.

டாக்டர் ஈஸ்வர் நின்று அவர்களைப் பார்த்தார். முகங்களில் செழிப்பு தெரிந்து பணவாடை அடித்தது.

126
பூவில் செய்த ஆயுதம்

சஃபாரி டிரஸ்ஸில் இருந்த அந்த நபர் பக்கத்தில் வந்தார். "டாக்டர்...! பேஷண்ட் என்னோட அம்மா. 'மங்களகௌரி க்ரூப்ஸ்' கேள்விப்பட்டிருங்கீங்களா... அந்த க்ரூப்ஸுக்கு அம்மாதான் எம்.டி."

"ஈஸிட்..."

"என்னோட பேரு வினோத்குமார். இது என் மனைவி உஷாதேவி. இவங்க மூணு பேரும் என்னோட சிஸ்டர்ஸ். நேத்ரா... உத்ரா... மித்ரா. ஒரு கல்யாணத்துக்காக கோயமுத்தூர் வந்தோம். வந்த இடத்துல அம்மாவுக்கு பி.பி. அதிகமாகி ரெஸ்ட்ல இருந்தாங்க... திடீர்னு பதினஞ்சு நிமிஷத்துக்கு முன்னாடி மயங்கி விழுந்துட்டாங்க."

"டோண்ட் வொரி மிஸ்டர் வினோத்குமார்...! அம்மாவை நான் இப்போ பார்த்துடறேன்..."

ஈஸ்வர் உற்சாகம் கொப்பளிக்கிற உள்ளத்துடன் உள்ளே போனார். 'ஒருவாரம் பத்து நாள் தங்க வைக்க வேண்டியதுதான்!'

அடுத்த அரைமணி நேரத்துக்குப் பிறகு - டாக்டர் ஈஸ்வருக்கு முன்பாய் எல்லோரும் அமர்ந்திருந்தார்கள்.

"அம்மாவுக்கு வந்திருக்கிறது சிவியர் ஹார்ட் அட்டாக். நீங்க சரியான நேரத்துக்குக் கொண்டு வந்ததனால் லைஃப் ஸேவிங் ட்ரக்ஸ் கொடுத்து இப்போதைக்கு உயிரைக் காப்பாத்த முடிஞ்சுது... பை... த... பை... உங்க மதர் இப்போ இருக்கிற நிலைமையில் அவர் எந்தப் பயணத்தை மேற்கொண்டாலும் உயிருக்கு ஆபத்துதான். இந்த ஒரு ராத்திரியைத் தாண்டிட்டா போதும். அவங்க உயிருக்கு ஆபத்து இருக்காது. பட், இந்த ராத்திரியே அவங்களுக்கு ரெண்டாவது அட்டாக் வர ஃபிப்டி பர்ஸண்ட் வாய்ப்பு இருக்கு. லெட் அஸ் வெயிட் அண்ட் ஸீ... நானும் இன்னிக்கு வீட்டுக்குப் போகாமே ஹாஸ்பிடலிலேயே இருந்து ஸ்பெசிஃபிக் கேர் எடுத்து அவங்களைப் பார்த்துக்கறேன்... உங்கள்ல யாராவது ஒருத்தர் இங்கே இருந்தா போதும். மத்தவங்க வீட்டுக்குப் போயிடலாம்..."

"நான் இருக்கேன் டாக்டர்" என்றார் வினோத்குமார்.

ராத்திரி பன்னிரண்டு மணி.

டாக்டர் ஈஸ்வர் மங்களகௌரியின் பல்ஸ் ரேட்டையும், இதயத் துடிப்பையும் பரிசோதித்துப் பார்த்து விட்டு வெளியே வந்தார்.

"டாக்டர்... ஒரு நிமிஷம்..."

"எஸ்..."

"டாக்டர்...! இப்போ நீங்க ட்ரீட்மெண்ட் கொடுத்துட்டி ருக்கிற மங்களகௌரி என்னைப் பெத்த அம்மா கிடையாது. எனக்கு சித்தி. அதாவது எங்கப்பாவுக்கு ரெண்டாவது மனைவி. என்னோட சித்தி மங்களகௌரிக்கு பிறந்த மூணு பொண்ணுங்கதான் அந்த நேத்ரா, உத்ரா, மித்ரா. என்னோட அப்பாவும் அம்மாவும் இறந்த பின்னாடி கம்பெனி நிர்வாகம் முழுசும் அப்பாவோட உயில்படி சித்தியோட கைக்கு வந்தது. சித்தியோட காலத்துக்குப் பின்னாடிதான் கம்பெனி நிர்வாகம் என்னோட கைக்கு வரும்..."

"ஓ.கே...! இதையெல்லாம் என்கிட்டே எதுக்காகச் சொல்லிட்டு இருக்கீங்க...?"

வினோத்குமார் தன் கையில் வைத்திருந்த ப்ரீப்கேஸை எடுத்து மேஜையின் மீது வைத்து லாக்கை விடுவித்துத் திறந்தார்.

உள்ளே

கட்டுக்கட்டாய் ஐந்நூறு ரூபாய் நோட்டுகள்.

"எ...என்ன... இது...?"

"டாக்டர்..." வினோத்குமார் குரலைத் தாழ்த்தினார். "இதுல பத்துலட்ச ரூபாய் இருக்கு... நாளைக்குக் காலையில என்னோட சித்தி மங்களகௌரி உயிரோட இல்லாத பட்சத்தில் இந்தப் பத்துலட்ச ரூபாயும் உங்களுக்குத்தான்..."

"ஓகே... உங்களுக்கு நான் உதவி பண்றேன். ஒரு மணிநேரம் கழிச்சு நான் மறுபடியும் ரவுண்ட்ஸ்

போகும்போது உங்க சித்திக்கு மெர்ஸி கில்லிங் இஞ்செக்ஷனைப் போட்டுருவேன். விடியும்போது அவங்க உயிரோட இருக்கமாட்டாங்க...”

விடிகாலை ஐந்தரை மணி.

ஐ.ஸி யூனிட்டுக்கு வெளியே கண்ணீர்க் கண்களோடு நேத்ரா, உத்ரா, மித்ரா காத்துக் கொண்டிருக்க, பக்கத்திலேயே வினோத்குமார் வாயில் கர்ச்சீப்பை வைத்து துக்கத்தை அடக்குவது போல் நடித்துக் கொண்டிருந்தார்.

ஈஸ்வர் ஐ.ஸி யூனிட்டிலிருந்து வெளிப்பட்டதும் அவரைச் சூழ்ந்து கொண்டார்கள்.

ஈஸ்வர் களைத்த கண்களோடு நிமிர்ந்தார்.

“வெரி சீரியஸ் கண்டிஷன்... என்னால முடிஞ்ச வரைக்கும் ட்ரை பண்ணிட்டிருக்கேன்.”

நேத்ரா, உத்ரா, மித்ரா மூன்று பேரும் விதவிதமாய் அழ ஆரம்பித்துவிட, டாக்டர் ஈஸ்வர் வினோத்குமாருக்கு கண்ணைக் காட்டி விட்டு தன்னுடைய அறையை நோக்கி நடந்தார். வினோத்குமார் பின்தொடர்ந்தார்.

“வினோத்குமார்...! உங்க சித்தியோட கதை முடிஞ்சுது. அரைமணி நேரம் கழிச்சு அனௌன்ஸ் பண்ணிடறேன்...”

“தேங்க்யூ... டாக்டர்...”

வினோத்குமார் சொல்லிக் கொண்டிருக்கும் போதே, ஒரு போலீஸ் இன்ஸ்பெக்டர் கதவைத் தள்ளிக் கொண்டு உள்ளே வந்தார்.

“குட்மார்னிங் டாக்டர்... அயாம் இன்ஸ்பெக்டர் ராஜேந்திரன். பிஒன் போலீஸ் ஸ்டேஷன். கொஞ்ச நேரத்துக்கு முன்னாடி எனக்கு போன்ல ஒரு புகார் வந்தது. அது பத்தி விசாரிக்க வந்திருக்கேன்.”

“புகாரா... என்ன புகார்...?”

“மங்களகௌரினு ஒரு வயசான அம்மா இந்த ஹாஸ்பிடல்ல அட்மிட்டாகியிருக்காங்களா...?”

"ஆமா..."

"பேஷண்ட்டா படுத்துட்டிருக்கிற மங்களகௌரியைத் தீர்த்துக் கட்டறதுக்காக வினோத்குமார் உங்களுக்கு பத்து லட்ச ரூபாய் கொடுத்ததாகவும் நீங்களும் பணத்தை வாங்கிக்கிட்டு மங்களகௌரிக்கு ஒரு 'மெர்ஸி கில்லிங்' ஊசியைப் போட்டு அவங்களைக் கொலை பண்ணிட்டதாகவும்... டெலிபோனில் பேசின ஒரு பொண்ணு சொன்னாங்க."

"பொ... பொய்...!" கோபமாய் கத்திக்கொண்டே எழுந்தார் டாக்டர் ஈஸ்வர்.

இன்ஸ்பெக்டர் புன்னகைத்தார். பக்கத்தில் இருந்த பீரோவைக் காட்டிக் கேட்டார்.

"இந்த பீரோவோட சாவியைக் கொஞ்சம் தர்றீங்களா...?"

"எதுக்கு...?"

"கொடுங்க... சொல்றேன்..."

ஈஸ்வர் சாவியை எடுத்துக் கொடுக்க இன்ஸ்பெக்டர் ராஜேந்திரன் அதை வாங்கி பீரோவைத் திறந்து உள்ளேயிருந்த ப்ரீப்கேஸை எடுத்தார். அதன் லாக்குகளை விடுவித்துத் திறந்தார். உள்ளே ஐநூறு ரூபாய் நோட்டுக் கட்டுகள் நெருக்கியடித்து உட்கார்ந்திருந்தன.

"டாக்டர்... இந்தப் பணம் எப்படி வந்தது...? யார் உங்களுக்குக் கொடுத்ததுன்னு சொல்ல முடியுமா...?"

"அது... வந்து... வந்து..."

"இது வினோத்குமார் உங்களுக்குக் கொடுத்த பணம்... இந்தப் பணத்தை வாங்கிக்கிட்டுத்தான் மங்களகௌரிக்கு ஒரு மெர்ஸி கில்லிங் ஊசியைப் போட்டுக் கொலை பண்ணியிருக்கீங்க..."

டாக்டரும் வினோத்குமாரும் ஒருத்தரை ஒருத்தர் கலக்கமாய் பார்த்துக்கொண்டிருக்க... இன்ஸ்பெக்டர்

கையில் வைத்திருந்த சாணி நிறத் தாளை நீட்டினார். "இது கைது வாரண்ட்... ரெண்டு பேரும் ஹாஸ்பிடல் வாசலில் நிக்கிற ஜீப்ல போய் ஏறுங்க... லாக்கப்புக்குள்ளே ஒரு நாள் பூராவும் வெச்சிருந்து விசாரிக்கிற விதத்துல விசாரிச்சா எல்லா உண்மைகளும் வெளியே வந்துரும்..."

வினோத்குமார் முகம் இருண்டுபோய் பிரமை பிடித்த நிலையில் உட்கார்ந்திருக்க... இன்ஸ்பெக்டர் ராஜேந்திரன் மெல்ல நடந்துபோய் அவருடைய தோளைத் தொட்டார்.

"இப்பவும் ஒண்ணும் லேட்டாயிடலை வினோத்குமார்... நீங்க தப்பை உணர்ந்து இனிமே இதுமாதிரியான கொலை முயற்சிகளில் ஈடுபடமாட்டேன்னு எனக்கு உறுதிமொழி கொடுத்தா உங்க சித்தியைப் பிழைக்க வெச்சுடலாம்."

"எ... என்னது... சித்தியைப் பிழைக்க வைக்கிறதா...?"

டாக்டர் ஈஸ்வர் புன்னகைத்தார். "மிஸ்டர் வினோத்குமார்...! நான் உயிரைக் காக்கிற டாக்டர்... ஒரு உயிரை வாங்கற டாக்டர் இல்லை. எனக்குப் பணத்தேவை இருக்குதான்... இருந்தாலும் ஒரு பேஷண்டைக் கொலை செய்யற அளவுக்கு நான் கிரிமினல் கிடையாது. உங்க சித்தியைக் கொலை செய்யும்படியாய் நீங்க என்கிட்டே சொன்னதும் எனக்கு அது ஒரு பெரிய அதிர்ச்சியான விஷயமாய் இருந்தது. நீங்க ஒரு நல்ல ஃபேமிலியைச் சேர்ந்தவங்க... கிரிமினல் கிடையாது. ஒரு கொலையைப் பண்ணிட்ட பின்னாடி அதனோட பின்விளைவுகள் எப்படியிருக்கும்னு உங்களுக்குத் தெரியாது. அந்த விளைவுகள் எப்படியிருக்கும்னு காட்டத்தான் இந்த டிராமா... இவரு நிஜ போலீஸ் கிடையாது. ஒரு நிமிஷம் நினைச்சுப் பாருங்க – இதெல்லாம் உண்மையாவே நடந்திருந்தா - இந்நேரம் நீங்களும் நானும் போலீஸ் ஜீப்ல கை விலங்கோடு ஏறியிருக்கணும். கம்பெனி நிர்வாகம் உங்களுக்கு வரணும்னா... அதுக்குப் பேச்சுவார்த்தைதான்

சரியான தீர்வாய் இருக்க முடியுமே தவிர, ஒருத்தரைக் கொலை பண்றதல்ல...”

வினோத்குமாரின் தாழ்ந்த தலை நிமிர இன்னும் பல நிமிஷங்கள் பிடிக்கும் போலிருந்தது.

—

நீயே... நீயே...
நானே நீயே

நான் குப்புசாமி. வயது 25.

அடுத்த பேராவில் நான் சொல்லப்போவதைக் கேட்டு நீங்கள் யாரும் அதிர்ச்சியடையக் கூடாது.

என் மேல் வந்து கடிக்க உட்கார்கிற கொசுவைக்கூட கொல்ல மனமில்லாமல் அதை வாயால் ஊதி துரத்திவிடுகிற அளவுக்கு இரக்க மனம் கொண்ட நான், சத்தியமூர்த்தியைத் தீர்த்துக்கட்டுவது என்று அந்த ஞாயிற்றுக்கிழமையின் அதிகாலையில் முடிவு செய்த போது, என் மூளையில் இருந்த கோடிக்கணக்கான நியூரான் செல்கள் 'சபாஷ்டா குப்புசாமி' என்றது.

இந்த சத்தியமூர்த்தியைப் பத்தி உங்களுக்கு நான் சொல்ல வேண்டும். என்னோடு நகமும் சதையும் போல் பழகிக் கொண்டிருப்பவன். கவிதை எழுதுவான். நிறைய புத்தகங்கள் படிப்பான். தமிழில் உள்ள எழுத்தாளர்களை சகட்டு மேனிக்குத் திட்டிவிட்டு மலையாள படைப்பாளிகளை எவரெஸ்ட் உச்சியில்

ஏற்றி வைப்பான். அவன் தன்னை ஒரு அறிவுஜீவியாக வெளியுலகத்துக்குக் காட்டிக்கொண்டாலும் அவனுடைய அடுத்த பக்கம் அருவருப்பானது. சுருக்கமாகச் சொல்ல வேண்டுமானால் சத்தியமூர்த்தி ஒரு பெண் பித்தன். எங்கள் கிராமத்தில் உள்ள எல்லா வயது பெண்களையும் கீழ்க்கண்களால் கெட்டபார்வை பார்ப்பவன். புதர் மறைவில் ஒளிந்துகொண்டு ஆற்றில் குளிக்கும் இளம் பெண்களையும் பேரிளம் பெண்களையும் பார்வையாலேயே சாப்பிடுபவன்.

நான் கண்டிப்பேன்.

“டேய் சத்தியம்...! இதெல்லாம் சரியில்லை. பெண்களைக் குளிக்கும் போது பார்ப்பவன் நரகத்தில் உடம்பில் துணி இல்லாமல் படுக்க வைக்கப்பட்டு துண்டுதுண்டாய் வெட்டப்படுவான் என்று தர்ம சாஸ்திரம் சொல்லுது” என்று மிரட்டினால் “அடப்போடா குப்பு! அப்படி வெட்டுப்பட்டாலும் பரவாயில்லை... இது ரொம்பவும் த்ரில்லிங்கா இருக்கு. ஒரு பெண் தன்னை யாரும் பார்க்கலைங்கிற தைரியத்துல உள்ளாடைகளைக் கழற்றும்போது இதயம் எகிறிக் குதிக்கும் பாரு...! அதுதான்டா பேரின்பம்.”

“வேண்டாம்டா சத்தியம். நீ இதுமாதிரி நடந்துக்கிறது இப்போ எனக்கு மட்டும்தான் தெரியும்... ஊருக்குத் தெரிஞ்சா என்னாகும் தெரியுமா?”

“தெரியும்போது பார்த்துக்கலாம்... குப்பு!”

இனி இவனைத் திருத்தமுடியாது என்று விட்டுவிட்டேன். சத்தியமூர்த்தியின் அட்டகாசம் நாளுக்கு நாள் புஷ்டியாய் வளர ஆரம்பித்து, கரும்புத்தோட்டத்துக்குள் குடிசை போட்டுத் தங்கியிருந்த இளம் விதவை மயிலாவின் மேல் நிலை கொண்டது.

பொத்தல் விழுந்த ஓலை மறைவுக்குள் உடம்பில் துணி இல்லாமல் குளித்துக் கொண்டிருந்த மயிலாவை

சத்தியமூர்த்தி ஒரு தடவை எதேச்சையாய் பார்த்ததின் விளைவு, அவளைத் தொட்டே பார்த்து விடுவது என்ற தீவிரவாதத்துக்கு வந்தான்.

நான் சொல்லிப் பார்த்தேன்... கோபமாய்... பிறகு இதமாய்...

"டேய் சத்தியம்... மயிலாவைத் தொடறது பாவம். விஷயம் ஊருக்குத் தெரிஞ்சா மானம் போயிடும்... அப்புறம் இந்த ஊர்ல... நீ இருக்க முடியாது."

"இதோ பார்றா... குப்பு, மானத்துக்கும் மரியாதைக்கும் பயந்தா மயிலா மாதிரியான மான் குட்டிகளைத் தொட முடியுமா என்ன?" நான் எவ்வளவு சொல்லியும் கேட்காமல் சத்தியமூர்த்தி மயிலாவைத் தொட்டுப் பார்க்கும் முஸ்தீபுகளில் ஈடுபட ஆரம்பித்தான்.

ஒரு அமாவாசை ராத்திரியில் அதற்கான அஸ்திவாரத்தைப் போட்டான் சத்தியமூர்த்தி. கரும்புத் தோட்டத்துக்குள் திருட்டுப் பூனைபோல் நுழைந்து மயிலாவின் குடிசையைத் தொட்டபோது, அவள் இரவு சாப்பாட்டை முடித்துக்கொண்டு பாத்திரங்களைக் கழுவிக் கொண்டிருந்தாள். சத்தியமூர்த்தியைப் பார்த்ததும் மிரண்டு போய் பின்வாங்கினாள். சத்தியமூர்த்தி ஒரு கோணல் சிரிப்பு சிரித்தான். "என்ன மயிலா...! எனக்கு ஏதாவது சாப்பாடு மிச்சம் இருக்கா...? சாம்பார் வாசனை இந்தத் தூக்கு தூக்குது. முட்டைக்கோஸா...? முள்ளங்கியா?"

மயிலா அவனையே வெறித்துப் பார்த்தாள்.

"என்ன மயிலா அப்படிப் பார்க்கிறே...?"

மயிலா தன்னுடைய பெரிய பெரிய கண்களில் மிரள மிரள விழித்துக்கொண்டு எச்சில் விழுங்கினாள்.

"இப்ப எதுக்காக இங்கே?"

"வந்திருக்கேன்னு கேக்கறியா... வெளியே ரொம்பவும் குளிராயிருக்குது. படுத்துட்டுப் போலாம்ன்னுதான்..." பேசிக்கொண்டே உள்ளே போன சத்தியமூர்த்தி, அங்கே

போடப்பட்டிருந்த கயிற்றுக் கட்டிலுக்குப் போய் சாய்ந்து உட்கார்ந்தான்.

மயிலா இப்போது கோபமாய் அவனுக்கு முன்பாய் வந்தாள்... "இதோ பார்...! நீ ரொம்ப நாளா என்னைப் பார்த்துட்டிருக்கிற காக்கா பார்வை எனக்குத் தெரியும். மரியாதையா வெளியே போயிரு."

சத்தியமூர்த்தி இன்னமும் நன்றாகச் சாய்ந்துகொண்டு சிரித்தான். "என்ன மயிலா இப்படி விரட்டறே? நானும் உன்னோட புருஷனும் பால்ய காலத்து சிநேகிதங்க..! எலிமெண்டரி ஸ்கூலிலிருந்து ஹைஸ்கூல் வரைக்கும் ஒண்ணாவே படிச்சோம். ஒரே மில்லுல ஸ்பின்னிங் செக்ஷன்ல ஒண்ணாவே வேலை பார்த்தோம். ஏதோ அவனுக்கு அல்பாயிசு... விஷக்காய்ச்சல் வந்து ஒரே வாரத்துக்குள்ளே கண்ணை மூடிட்டான். நானும் உன்னோட புருசன் குமரேசனும் ஒரே இலையில் சாப்பிட்டு வளர்ந்தவங்க. இன்னிக்கு அவன் இல்லாட்டி போனா என்ன... நான் அந்த ஸ்தானத்துக்கு வர்றேன். வீட்டுக்கு எல்லாம் நான் தர்றேன். வாரத்துக்கு ரெண்டு தடவை இந்தக் கட்டிலில் இடம் கொடு போதும்..."

"என்னடா சொன்னே? வெளியே போடா நாயே...! இன்னொருவாட்டி இந்த வீட்டுக்குள்ளே நுழைஞ்சே, மூலையில் சாத்தி வெச்சிருக்கிற சீவக்கட்டை பிஞ்சுடும். தாலியறுத்தவதானே... புருசன் தொடாத உடம்பு காய்ஞ்சு போய்க் கிடக்கும்னு நினைச்சிக்கிட்டு வந்தே, கரைக்கக் கூடாததைக் கரைச்சு தலையில் ஊத்திடுவேன்."

சத்தியமூர்த்தி சிரித்தான். "அட... உன்னை மாதிரி எத்தினி பேரைப் பார்த்திருக்கேன் தெரியுமா... இன்னும் ஒரே வாரம்! சரியா ஒரு வாரம் டயம் குடு. உன்னோட உடம்புல எங்கெங்கே மச்சம் இருக்கும்னு நான் சொல்றேன்."

"டேய்ய்ய்...!" என்று வீறிட்ட மயிலா ஆவேசமாகி சுற்றும் முற்றும் பார்த்து சுவரோரமாய் சாத்தி வைத்திருந்த அந்த அரிவாள்மனையை எடுத்துக் கொண்டாள்.

“மரியாதையா வெளியே போயிடு... என்னைக் கொலைகாரியாக்கிடாதே...!”

“அட... கையில அருவாமனையைத் தூக்கிட்டா நான் பயந்துபோய் ஓடிவிடுவேன்னு நினைச்சியா...? இப்படி சிலுத்துகிற பொண்ணுகளை எனக்கு ரொம்பவும் பிடிக்கும்...” சத்தியமூர்த்தி சிரித்துக்கொண்டே முன்னால்வர... மயிலா அருவாமனையை காற்றில் ஒருமுறை வீசினாள். முகம் வியர்த்துக்கொட்ட அடிக்குரலில் கர்ஜித்தாள்.

“பக்கத்துல வராதடா...”

வந்தான்.

“எங்கே வெட்டு பார்க்கலாம்...?” கைகளை நீட்டிக்கொண்டு சத்தியமூர்த்தி முன்னால் வர, மயிலா கண்ணிமைக்கும் நேரத்தில் அருவாமனையை மறுபடியும் காற்றில் வீச... கத்தியின் முனை சத்தியமூர்த்தியின் ஆட்காட்டி விரலில் பட்டு ரத்தம் தெறித்தது.

“ஹம்மா... ஆ... ஆ...” என்றலறி கையை உதறிய சத்தியமூர்த்தி கோபாவேசமாகி ஒரே எட்டில் பாய்ந்து மயிலாவின் தலைமுடியைப் பற்றி “பொட்டக்கழுதை!” என்று பற்களைக் கடித்து அவளுடைய தலையைப் பக்கத்து சுவரில் மோதினான்.

“ப்ளங்.”

அந்தப் பழங்கால கருங்கல் சுவர் மயிலாவின் தலையைப் பிளக்க ரத்தம் சுவர் பரப்பில் வரிவரியாய் வழிந்தது. இரண்டே நிமிடத்தில் ரத்தம் முழுவதையும் கொட்டிவிட்டு இறந்து போனாள் மயிலா.

அந்தக் கொலையை நேரில் பார்த்தவன் நான் ஒருவன் மட்டுமே.

போலீஸ் சந்தேகத்தின் பேரில் சத்தியமூர்த்தியைக் கைது செய்து லாக்கப்பில் வைத்து விசாரித்தபோதும் சரி, கோர்ட்டில் நீதிபதி விசாரித்தபோதும் சரி, மயிலாவை நான்

ராஜேஷ்குமார்

கொலை செய்யவில்லையென்றே வாதித்தான். கடைசியில் போலீஸ் தரப்பில் குற்றம் சரியாக நிரூபிக்கப்படாததால் சத்தியமூர்த்தி விடுதலையாகி வெளியே வந்தான். அந்த நிமிடத்திலிருந்து அவனை நான் குறி வைத்தேன். சமயம் கிடைத்தால் அவனைப் போட்டுத் தள்ளி விடுவது என்ற முடிவில் அவன் பின்னாலேயே கிராமம் பூராவும் சுற்றினேன். சரியான சந்தர்ப்பம் வாய்க்கவில்லை.

இன்றைக்கு வாய்க்கும் போலிருந்தது.

சத்தியமூர்த்தி கிராமத்தின் கோடியிலிருந்த 'மான் குன்றம்' மலையை நோக்கிப் போய்க்கொண்டிருப்பதைப் பார்த்துவிட்டு, நான் அவனைப் பின்தொடர்ந்தேன். மலையின் மேல் ஒரு முருகன் கோயில் இருப்பது எனக்குத் தெரியும். கிராமத்தில் இருப்பவர்களுக்கு பங்குனி மாதம் வந்தால்தான் மான் குன்றத்து முருகன் ஞாபகமே வரும். சத்தியமூர்த்தி கோயிலுக்குப் போவது எனக்கு ஆச்சரியத்தைக் கொடுத்தது. பதினொரு மணி வெயில் பிடரியைச் சுட நான் தொடர்ந்தேன். ஒற்றையடிப்பாதை மலையை நோக்கி உயர்ந்தது. சுற்றிலும் முட்செடிகள். மழையின்மையால் காய்ந்துபோன கோரைப் புற்கள். உருண்டுவிடும் அபாய விளிம்பில் பெரிய பெரிய பாறைகள்.

பாதி மலை ஏறியிருப்பேன். முன்னால் போய்க் கொண்டிருந்த சத்தியமூர்த்தி திடீரென்று பாதையினின்றும் விலகி ஒரு பாறையின் மேல் ஏற ஆரம்பித்தான். நானும் மூச்சுக் காட்டாமல் அவனைப் பின்தொடர்ந்தேன்.

ஐந்தே நிமிடம்!

சத்தியமூர்த்தி பெரிது பெரிதாய் மூச்சு வாங்கிக்கொண்டு பாறையில் ஏறி நின்றான்.

அவனுக்குப் பின்னால் நான்.

கீழே ஐந்நூறு அடி ஆழத்தில் கிராமம் தெரிந்தது. இதுபோன்ற சந்தர்ப்பம் இனி கிடைக்காது.

'தள்ளி விட்டுவிடலாமா?'

'என்ன கேள்வி இது... தள்ளி விடுடா!'

அடுத்த விநாடி...

ஒரே தள்ளு.

சத்தியமூர்த்தி கண்ணிமைக்கும் நேரத்தில் குபீரென்று கீழே போனான். அடியில் நீட்டிக் கொண்டிருந்த முதல் பாறையில் தலை சிதற, அதற்கடுத்த இரண்டாவது பாறையில் உடல் இரண்டாய் பிளந்து, அடிவாரத்துப் பாறையில் ரத்தமும் சதையுமாய் போய் ஒட்டிக்கொண்டான்.

நான் பரவசமாய்ப் பார்த்தேன்.

மலையடிவாரத்தில் கும்பல் இரைச்சலோடு கூடியிருக்க... போலீஸ் ஜீப் புழுதி பறக்க வந்து நின்றது. இன்ஸ்பெக்டர் இறங்கி சிதறிக் கிடந்த உடல் அருகே நின்று சில விநாடிகள் பார்த்துவிட்டு கும்பலை ஏறிட்டார்.

"செத்துக் கிடக்கிறது யாருன்னு தெரியுமா?"

கும்பலுக்கு முன்னால் நின்றிருந்த ஒருவன் சொன்னான். "சார் மயிலான்னு விதவைப் பொண்ணோட கொலை கேஸில் மாட்டி தண்டனை எதுவும் கிடைக்காம சமீபத்துல விடுதலையாகி வந்தான் சார். வந்ததிலிருந்தே பித்துப் பிடிச்சவன் மாதிரி ஏதேதோ முனகிட்டு ஊரைச் சுத்திக்கிட்டு இருந்தான் சார். இவனோட உண்மையான பேரு குப்புசாமி சார். ஆனா, அந்த குப்புசாமி பேர் பிடிக்காமே சத்தியமூர்த்தின்னு பேர் வெச்சுக்கிட்டு வேலை வெட்டி இல்லாமே ஊரைச் சுத்திக்கிட்டு இருந்தான். கொலைகேஸில் சிக்கி தண்டனை கிடைக்காமே கிராமத்துக்கு வந்தாலும், அவன் சந்தோஷமாவே இல்லை. ரெண்டு தடவை தற்கொலை பண்ணிக்க முயற்சி செஞ்சான். கிராமத்து ஜனங்க காப்பாத்திட்டாங்க. இந்தத் தடவை காப்பாத்த முடியாமப் போயிடுச்சி சார்..."

அன்புள்ள எதிரி

ஏர்போர்ட் கஸ்டம்ஸ். நேரம் அதிகாலை ஐந்து மணி.

சிங்கப்பூரிலிருந்து வரப்போகும் ஃப்ளைட்டை எதிர் பார்த்துக் கண்ணாடி கேபினுக்குள் காத்திருந்த கஸ்டம்ஸ் சீஃப் ஆபீஸர் ரத்னசபாபதி கொட்டாவி விடுவதற்காக வாயைத் திறந்த விநாடி - பரந்த மேஜையின் மேல் நிறம் நிறமாய் உட்கார்ந்திருந்த டெலிபோன்களில் ஒன்று திடும் மென்று விழித்துக்கொண்டு கத்தியது.

“ஏர்போர்ட் கஸ்டம்ஸ்?”

“எஸ்.”

“உங்களுக்கு ஒரு தகவல். இன்னிக்கு விடியற்காலையில் வர்ற சிங்கப்பூர் ஃப்ளைட்டில் குந்தவைனு ஒரு பொண்ணு, இரண்டு கோடி ரூபாய் மதிப்புள்ள ‘ஒயிட் ரெயின்போ’னு சொல்லப்படற ஆபூர்வ வகை வைரக் கல் ஒண்ணைக் கடத்திக்கிட்டு வரப்போறா.”

சீஃப் ஆபீஸர் ரத்னசபாபதி நிமிர்ந்து உட்கார்ந்தார். “அந்தப் பொண்ணோட பேர் என்னன்னு சொன்னீங்க?”

“குந்தவை ஸார்.”

"நீங்க யாரு? எங்கேயிருந்து பேசறீங்க?"

மறுமுனையில் ரிஸீவர் வைக்கப்பட்டு விட, ரத்ன சபாபதி ரிஸீவரை வேகமாய் சாத்திவிட்டுக் குரல் கொடுத்தார்.

"ஜோஸப்!" அடுத்த கேபினில் உட்கார்ந்து கம்ப்யூட்டர் பார்த்துக் கொண்டிருந்த கஸ்டம்ஸ் உதவி அதிகாரி ஓடி வந்தார்.

"ஸார்."

"இன்னும் கொஞ்ச நேரத்தில் வரப்போற சிங்கப்பூர் ப்ளைட்டின் ட்ரிப் ஷீட்டில் குந்தவைங்கிற பேர் இருக்கா பாருங்க."

ஜோஸப் உள்ளே போய் கையில் கற்றைக் காகிதங் களோடு திரும்பி வந்து, புரட்டிப் பார்த்துவிட்டுச் சொன்னார்.

"இருக்கு ஸார்."

"வயசு..."

"இருபத்துமூணு.."

"பி... அலர்ட்...! பார்ட்டியை மடக்கணும்."

ரத்னசபாபதி எழுந்து தன் வழுக்கைத் தலைக்குத் தொப்பியைக் கொடுத்தார்.

சரியாய் பதினைந்து நிமிஷம்.

சிங்கப்பூரிலிருந்து வந்த அந்த விமானம் ரன்வேயில் கால் பதித்து ஓய்வு எடுத்துக் கொண்டிருக்க... பயணிகள் ஸ்டெப்ஸில் இறங்கி ஏர்போர்ட் லௌஞ்சுக்குள் நுழைந்து கொண்டிருந்தார்கள். சொற்ப பயணிகள்தான்! ரத்னசபாபதியும் ஜோஸப்பும் லௌஞ்சில் ஒரு ஓரமாய் நின்று பெண் பயணிகளை மட்டும் ஸ்கேன் பார்வை பார்த்துக்கொண்டிருந்தார்கள்.

கடைசியாய் அந்த இளம்பெண். லேசாய் த்ரிஷாவை ஞாபகப்படுத்தினாள். கறுப்பு நிற சுடிதாரில் சூர்யகாந்திப்

பூக்கள். துப்பட்டா தன் ட்யூட்டியைப் பார்க்க மறந்துபோய், அவளுடைய கழுத்துப் பின்பக்கம் தொங்கியது. ஜோஸப் கிசுகிசுத்தார்.

"ஸார்... அநேகமாய் குந்தவை இவதான்."

"என்னுடைய கணிப்பும் அதுதான்...!" சொன்ன ரத்னசபாபதி, அவளை நோக்கிப் போய் லௌஞ்சின் ஆரம்பத்திலேயே மறித்தார்.

"எக்ஸ்க்யூஸ்மீ!"

"எஸ்..."

"நீங்க மிஸ் குந்தவை..."

"ஆமா..."

"வீ... ஆர்... கஸ்டம்ஸ் பீப்பிள். உங்களைக் கொஞ்சம் சோதனை போட வேண்டியதிருக்கு. செல்லுக்குப் போலாம்... வர்றீங்களா?"

அவளுடைய அழகிய விழிகளில் கலவரம்.

கஸ்டம்ஸ் செல்லுக்குள் நுழைந்தார்கள்.

குந்தவை இறுகிய முகத்தோடு உட்கார்ந்திருக்க, ரத்னசபாபதி அவளைப் பார்த்துப் புன்னகைத்தார்.

"நான் நேரிடையா விஷயத்துக்கு வந்துடறேன். அந்த 'ஒயிட் ரெயின்போ' வைரத்தை உன் உடம்புல எந்த இடத்துல ஒளிச்சு வெச்சிருக்கே...?"

குந்தவையின் விழிகள் விரிந்தன.

"எ... எ... என்னது வைரமா?"

"இதோ பார்...! இந்த அப்பாவித்தனமான ஃபேஸ் எக்ஸ்பிரஷனையெல்லாம் என்கிட்டே காட்டாதே... உன்னோட இடது கன்னத்துல எதையோ அடக்கி வெச்சிருக்கியே அது என்ன...?"

"சுயிங்கம் ஸார்..."

அன்புள்ள எதிரி

“அதை அந்த பிளாஸ்டிக் தட்டுல துப்பு...”

அவள் மௌனமாய் நின்றாள். அவளுக்குப் பக்கத்தில் நின்றிருந்த ஜோஸப் உறுமினார்.

“ம்... துப்பு...”

“ஸாரி ஸார்...” என்று சொன்னவள், விநாடிக்கும் குறைவான நேரத்தில் தன் கடைவாயில் இருந்ததை எச்சில் கூட்டி அவசரமாய் விழுங்கினாள்.

ஜோஸப் ஆவேசமாகி குந்தவையின் கழுத்தைப் பிடித்தார்.

“நீ வைரத்தை விழுங்கிட்டா, உன்னை சும்மா விட்டுடுவோமா? அந்த வைரத்தை எப்படி வெளியே எடுக்கிறது என்கிற வித்தை எங்களுக்குத் தெரியும். கற்பகவல்லி...! ஒரு நிமிஷம் இங்கே வாங்க...”

பக்கத்து கேபினிலிருந்து அந்தப் பெண் அதிகாரி வெளிப்பட்டாள். “என்ன ஸார்?”

“கடத்தி வந்த வைரத்தை இவ விழுங்கிட்டா... ரெண்டு கோடி மதிப்புள்ள வைரம், இவளை உன் கஸ்டடியில் எடுத்துக்கோ. சரியா முப்பது நிமிஷம் டயம். வைரம் வெளியே வரணும்.”

“எஸ்... ஸார்...” என்ற கற்பகவல்லி ரத்னசபாபதியிடம் குனிந்தாள்.

“ஸார்.. இவளுடைய பாஸ்போர்ட்டை செக் பண்ணிப் பார்த்ததுல போலி பாஸ்போர்ட்டுன்னு தெரிஞ்சுது...”

ரத்னசபாபதி கோபம் தலைக்கேற குந்தவையைப் பார்த்தார்.

“இதோ பார்...! இனிமே நீ எந்த ஒரு காரணத்தையும் சொல்லித் தப்பிக்க முடியாது. இந்த ‘ஒயிட் ரெயின்போ’ வைரக்கடத்தலுக்குப் பின்னாடி இருக்கிற ‘பிக் ஷாட்ஸ்’ யாருங்கிறதை மாத்திரம் சொல்லிரு... உனக்கு எந்த ஒரு பிரச்சினையும் வராதபடி நாங்க பார்த்துக்கிறோம்.”

குந்தவை இப்போது பயப்படாமல் நிமிர்ந்து ரத்னசபாபதியை ஏறிட்டாள்.

"ஸாரி ஸார்...! அவங்களை நான் காட்டிக் கொடுக்க மாட்டேன்."

"ஏர்போர்ட் போலீஸ்கிட்டே உன்னை ஹேண்ட் ஓவர் பண்ணினால் பத்தே நிமிஷத்துல உன்கிட்டயிருக்கிற எல்லா உண்மைகளையும் வெளியே கொண்டாந்துடுவாங்க..."

"அது முடியாது ஸார்!" குந்தவை புன்னகைத்தாள்.

"ஏன் முடியாது?

"அதுவரைக்கும் நான் உயிரோட இருந்தாத்தானே?" சொன்ன குந்தவை சட்டென்று தன் கழுத்துச் செயினிலிருந்த டாலர் போன்ற ஒரு குப்பிப் பகுதியைப் பற்களால் கடித்து அதிலிருந்த திரவத்தை விநாடிக்கும் குறைவான நேரத்தில் விழுங்கினாள். அப்படியே மண்டியிட்டு உட்கார்ந்தாள்.

சரியாய் ஒரு நிமிஷம்

குந்தவையின் உடல் இயக்கம் நின்றது. கண்கள் நிலைத்தது.

பெசன்ட் நகரின் மையத்தில் இருக்கும் ஒரு பங்களா. காலை ஏழு மணி.

பங்களாவின் முன்பக்கம் இருந்த லானில் கான்வாஷ் ஷூக்களோடு நடைபோட்டுக் கொண்டிருந்தார் லால்குப்தா. ஐம்பது வயது. வடநாட்டுச் சிவப்பு.

காம்பௌண்ட் கேட் அருகே பைக்கை நிறுத்திவிட்டு உள்ளே ஓடி வந்தான் புருஷோத்தம். உடம்பு முழுக்க தீப்பற்றிக் கொண்ட பதற்றம்.

"ஸ... ஸார்..." கத்திக்கொண்டே லால்குப்தாவுக்கு முன்பாய் வந்து நின்றான். நடைபோட்டுக் கொண்டிருந்தவர் நின்றார்.

"என்ன...?"

"ஸார்... குந்தவையோட உடலை போஸ்ட்மார்ட்டம் பண்றதுக்காக ஜி.ஹெச்சுக்குக் கொண்டு வந்துட்டாங்க."

"புருஷோத்தம்...! நீ சொன்னது லேட் நியூஸ்! அவ தப்பிச்சிட்டா! ஒரு பத்து நிமிஷத்துக்கு முன்னாடி, குந்தவை எனக்கு மின்ட் ரோட்டில் இருக்கிற ஒரு டெலிபோன் பூத்திலிருந்து போன் பண்ணினா. நீ போய் அவளை பிக்கப் பண்ணிட்டு வந்துரு."

புருஷோத்தம் திடுக்கிட்டான்.

"ஸார்...! நீங்க என்ன சொல்றீங்க!"

"அவ செத்துப் போகல. அவ ஏர்போர்ட்டில் சாப்பிட்டது உடம்பை 'ஹைபர்னேஷன்' பண்ற மருந்து."

"ஹைபர்னேஷனா...?"

"ஆமா... உடம்போட இயக்கங்களை தற்காலிகமாய் நிறுத்தி வைக்கக்கூடிய ஒரு மருத்துவமுறைக்கு ஹைபர் னேஷன்னு பேர். இந்த மருந்தை யார் சாப்பிட்டாலும் சரி, உடலின் இயக்கம் தொண்ணூறு பர்ஸன்ட் தற்காலிகமாய் நின்னுடும். பத்து சதவிகித இயக்கம் மட்டும் இருக்கும். அந்த இயக்கம் டாக்டர்களுக்குப் பிடிபடாது. ரெண்டு மணி நேரத்துக்கப்பறம் முதல்ல மூளை விழிச்சிகிட்டு செயல்படும். இந்த ஹைபர்னேஷன் இன்னும் இந்தியாவுக்கு வரலை. ஸோ, இங்கேயிருக்கிற டாக்டர்களுக்கு இதைப் பத்தி எதுவும் தெரியாது."

புருஷோத்தம் மலர்ந்தான்.

"க்ரேட் ஸார்..."

"பேசிக்கிட்டு இருக்க நேரம் இல்லை. மின்ட்ரோட்டில் ஹிமாலயா ஹோட்டலுக்குப் பக்கத்தில் உள்ள சாஹிப் தெரு பப்ளிக் டெலிபோன் பூத்துக்குள் குந்தவை காத்துக்கிட்டிருக்கா... போய் பிக்கப் பண்ணிக்கோ. அங்கிருந்து நேரா டாக்டர் சர்வேஸ்வரன் வீட்டுக்குப்

போயிடு. நானும் கொஞ்ச நேரத்துல அங்கே வந்துடறேன். டாக்டர் சர்வேஸ்வரன் உடனடியாய் குந்தவையோட வயித்தை ஆபரேட் பண்ணி அவ விழுங்கின 'ஒயிட் ரெயின்போ' வைரக்கல்லை எடுத்துடுவார். டாக்டர் வீட்டிலேயே குந்தவை ஒருவாரம் ரெஸ்ட் எடுத்துக்கிட்ட பிறகு ரெண்டு மாசத்துக்கு மும்பை போயிடட்டும்..."

சரியாய் பத்து நிமிஷம்.

புருஷோத்தம் மின்ட் ரோட்டின் சாஹிப் தெருவில் இருந்த டெலிபோன் பூத்துக்கு முன்பாய் பைக்கை நிறுத்த, பூத்துக்குள் ஒளிந்திருந்த குந்தவை வேகமாய் வெளிப்பட்டு பைக்கில் தொற்றிக் கொண்டாள்.

"புருஷோத்தம்...! சீக்கிரம் டாக்டர் சர்வேஸ்வரன் வீட்டுக்கு பைக்கை விரட்டு..."

பைக்கை விரட்டிக்கொண்டே புருஷோத்தம் கேட்டான்.

"ஏன் குந்தவை... விழுங்கின வைரம் வயித்தை ஏதாவது இம்சை பண்ணுதா?"

அவள் சிரித்தாள். "ஜீரண நீர்களால் அரிக்க முடியாத ஒரு காப்ஸ்யூலில் வெச்சில்ல... ஒயிட் ரெயின்போ டைமென்டை விழுங்கியிருக்கேன். அது ஒண்ணும் பிரச்சினையே இல்லை... இன்னும் ஒரு மணி நேரத்துக்குள்ளே டாக்டர் சர்வேஸ்வரன் வயித்தை சின்னதா ஆபரேட் பண்ணி அதை வெளியே எடுத்துடுவார்.

இந்த 'ஒயிட் ரெயின்போ' இருபது காரட் வைரத்தை நான் வெற்றிகரமாய் கடத்திக்கிட்டு வந்ததால எனக்குக் கிடைக்கப் போற கமிஷன் தொகை எவ்வளவு தெரியுமா புருஷோத்தம்...?"

"சொல்லு..."

"இருபது லட்சம்..."

பைக் வேகமாய் போக்குவரத்து இல்லாத சாலைகளில் பயணித்து மரங்கள் அடர்ந்த பங்களா ஒன்றுக்குள் நுழைந்தது. குந்தவை அவனுடைய தோளை அழுத்தினாள்.

"புருஷோத்தம்...! என்ன இது?"

"என்ன?"

"இது டாக்டர் சர்வேஸ்வரனின் பங்களா இல்லை..."

"எனக்குத் தெரியாதா என்ன?"

"பின்னே இது யாரோடது?"

"போலீஸ் கமிஷனர் வீரராகவனோட பங்களா. நான் போலீஸுக்கு இன்ஃபார்மரா மாறி ஒரு வாரமாச்சு குந்தவை! இன்னிக்குக் காலையில் ஏர்போர்ட் கஸ்டம்ஸுக்கு போன் பண்ணினதும் நான்தான்! என்னோட மனசாட்சிக்கு ரொம்ப நாளாவே உடம்பு சரியில்லை... அதான் மாற வேண்டியதாயிடுச்சு... ஸாரி குந்தவை!"

ஒரு கொலை தப்புத் தப்பாய்ச் செய்யப்படுகிறது

காலை பத்துமணி.

விதவிதமான் தொனிகளில் ஏராளமான குட்மார்னிங்கு களை வாங்கிக்கொண்டு, மெலிதாய் ஏ.ஸி உறுமும் அறைக்குள் நுழைந்து சுழல் நாற்காலிக்குத் தன்னுடைய ஆறடி ஓரங்குல உயரமும், எழுபது கிலோ எடையும் கொண்ட உடம்பை விஷ்ணுகுமார் கொடுத்த அதே வினாடி -

அவனுடைய பிரைவேட் டெலிபோன் துடித்தது.

மெலிதான லாவண்டர் நிற ரிஸீவரை எடுத்து அதன் வாயைக் கோட்டில் தேய்த்துக் காதுக்குக் கொடுத்தான். “ஹலோ...”

“ஹலோ... நான் கோகுலா...” மறுமுனையில் ஜில்லிப்பான குல்பி குரல் கேட்டதும் விஷ்ணுகுமார் அகலமாய் மலர்ந்தான்.

“குட்மார்னிங் கோகுலா...”

"குட்மார்னிங்."

"ஆபீஸுக்கு வந்ததுமே உன்னோட சீட்டைப் பார்த்தேன். பாலைவனம். என்னாச்சு, இன்னிக்கு ஆபீஸுக்கு மட்டமா?"

"எஸ். அரைநாள் மட்டம். நீங்களும் மட்டம் போட வேண்டி இருக்கும்..."

"என்ன சொல்றே?"

"நான் இப்போ எங்கிருந்து பேசிக்கிட்டிருக்கேன்னு தெரியுமா?"

"சொல்லு..."

"ஐஸ்வர்யா நகர் டெலிபோன் பூத்திலிருந்து."

"மை குட்னஸ்! ஐஸ்வர்யா நகர் இங்கிருந்து இருபது கிலோ மீட்டர் தூரமாச்சே? அங்கே எதுக்காகப் போனே?"

"உளவு பார்க்கத்தான்."

"உளவா? வாட் டூ யூ மீன்?"

"உங்க ஒய்ஃப் மிஸஸ் மிருணாளினி இப்போ வீட்ல இருக்காங்களா?"

"நோ. அவ ஒரு கல்யாணத்துக்காகத் திருப்பூர் போயிருக்கா."

"எப்போ போனாங்க?"

"இன்னிக்குக் காலையில எட்டு மணிக்கு."

"யாரோட கல்யாணத்துக்குப் போயிருக்காங்கன்னு சொல்ல முடியுமா?"

"அவளோட நெருங்கின சினேகிதி கல்யாணத்துக்கு."

"கல்யாணம் என்னிக்கு?"

விஷ்ணுகுமார் எரிச்சலாகி ரிஸீவரைப் பார்த்தான். "கோகுலா! என்ன இது...? ஒரு லாயர் மாதிரி கேள்விகளைக் கேட்டுகிட்டு..."

"ப்ளீஸ். பதில் சொல்லுங்க. கல்யாணம் என்னிக்கு?"

"நாளைக்கு..."

"சரி. கல்யாணம் நாளைக்குத் தானே? இன்னிக்கே உங்க தர்மபத்தினி ஏன் கிளம்பியிருக்காங்க?"

"அந்தச் சினேகிதிக்கு அம்மா அப்பா யாருமில்லையாம். உதவிக்காகப் போயிருக்கா. நான்தான் போயிட்டு வரச்சொன்னேன்."

"கல்யாண இன்விடேஷனைப் பார்த்தீங்களா?"

"பார்க்கலை."

"அழகா ஏமாந்திருக்கீங்க."

"கோகுலா! நீ என்ன சொல்றே?"

"உங்க கையாலே தாலி கட்டிக்கிட்ட உங்க பொண்டாட்டி இந்த நிமிஷம் எங்கே இருக்காங்கன்னு தெரியுமா ஸார்?"

"எங்கே?"

"தீபலட்சுமி நர்சிங்ஹோம்ல."

விஷ்ணுகுமார் திடுக்கிட்டான். "நர்ஸிங்ஹோமா? மிருணாளினிக்கு என்னாச்சு?"

"பயப்படாதீங்க ஸார்... உங்க அன்பான - அழகான பொண்டாட்டிக்கு எந்த ஆபத்தும் இல்லை. பரம சௌக்கியம்."

"பின்னே எதுக்காக நர்ஸிங்ஹோம்ல அட்மிட் ஆயிருக்கா?"

"சொல்லட்டுமா?"

"ம்... சொல்லு."

"போன்லயே சொல்லட்டுமா?"

"சொல்லு... பிரைவேட் லைன்தான்."

மறுமுனையில் கோகுலா குரலைத் தாழ்த்திக்கொண்டு கிசுகிசுப்பாய்ச் சொன்னாள். "டி அண்ட் ஸி பண்ணிக்கிறதுக்காக மகாராணியார் அட்மிட் ஆகியிருக்காங்க."

“எ... என்னது?” விஷ்ணுகுமாரின் கையிலிருந்த ரிஸீவர் மெலிதாய் நடுங்கியது.

கோகுலா மறுமுனையில் சிரித்தாள். “நம்பறதுக்குக் கஷ்டமா இருக்கா ஸார்? எம் பேச்சில உங்களுக்கு நம்பிக்கை இல்லேன்னா ஆபீஸுக்கு அரைநாள் லீவு போட்டுட்டு - உங்க மாருதி காரை எடுத்துக்கிட்டுப் பறந்து வாங்க. நான் ஐஸ்வர்யா நகர் டெலிபோன் பூத்கிட்டேயே சுயிங்கம் மென்னுகிட்டு காத்துக்கிட்டிருக்கேன். இங்கிருந்து அரை கிலோ மீட்டர் தூரத்துலதான் தீபலட்சுமி நர்ஸிங் ஹோம். ரெண்டு பேருமா நர்சிங்ஹோமுக்குப் போய் கையும் மெய்யுமா... கட்டில்ல வெச்சே நீங்க கட்டிக்கிட்டவளைப் பிடிப்போம்.”

விஷ்ணுகுமார் படபடத்தான். “இன்னும் ஒரு மணி நேரத்துல அங்கே வர்றேன்...”

“பறந்து வாங்க...”

மறுமுனையில் ரிஸீவர் சாத்தப்பட்டது.

சரியாய்ப் பத்தே முக்கால் மணி.

ஐஸ்வர்யா நகர் டெலிபோன் பூத் அருகே டயர்களை அரைத்தபடி மாருதி கார் வந்து நிற்க, ஷாம்பூ தலை காற்றில் பறக்க, வாசனையாய் ஓடி வந்தாள் கோகுலா. உடம்பு பூராவும் லாமினேஷன் போட்ட மாதிரி பளபளப்பு. அம்லா நிறம். உதடுகளில் உறைந்துபோன லிப்ஸ்டிக். மெலிதான புருவக் கோடுகளுக்கு மத்தியில் ஜிகினா பொட்டு. ஸ்லீவ்லெஸ்ஸில் க்ரீம் பச்சை வண்ணச் சேலையில், மூச்சை அடைக்கிற மார்பு விஸ்தாரங்களோடு காரின் கதவை நெருங்கினாள். அடித்த காற்றில் சேலைத் தலைப்பு நகர்ந்து கொள்ள - ஆழமாய் -அம்சமாய் - தொப்புள் சுழி தரிசனம்.

“கெட் இன் கோகுலா.”

விஷ்ணுகுமார் வியர்வை முகமாய்ச் சொல்ல - கோகுலா கதவைத் திறந்துகொண்டு அவனுடைய தோளை உரசியபடி உட்கார்ந்தாள்.

"அந்த நர்சிங்ஹோமுக்கு எந்தப் பக்கம் போகணும்?"

"கொஞ்சம் பொறுமையா இருங்க சார். பதட்டப்பட்டா காரியம் கெட்டுடும். உங்களுக்கு போன் பண்ணும்போது எனக்குக் கூட ஒரே ஆத்திரமா இருந்தது. ஆனா இந்த ஒரு மணி நேரத்துக்குள்ள அந்த ஆத்திரம் வடிஞ்சிடுச்சு. காரை அப்படி ஓரமா அந்தப் புளியமரத்துக்குக் கீழே நிறுத்துங்க பார்க்கலாம்."

"கோகுலா! அந்த நர்சிங்ஹோம் எந்தப் பக்கம் இருக்குன்னு கேட்டேன்."

"நர்சிங்ஹோமுக்குப் போகப் போறீங்களா? போய் என்ன பண்ணப் போறீங்க?"

"அவளை... அவளை..." வார்த்தை வாய்க்குக் கிடைக்காமல் திணறினான் விஷ்ணுகுமார்.

"உங்களாலே ஒண்ணும் பண்ணமுடியாது ஸார். உங்க மனைவிக்கு அதிகப்படியான ஜாக்கிரதை குணம். உங்களாலே ஒரு பொண்ணைத் தாயாக்க முடியாதுங்கிற உண்மை அவங்களுக்கும் தெரிஞ்சிருக்கு. அதனால்தான் இந்தத் திருட்டுத்தனமான டி அண்ட் ஸி..."

"அப்ப... மிருணாளினிக்கு ஒரு இல்லீகல் கான்டாக்ட்டா?"

"ஏன், நீங்களும் நானும் தொட்டுக்கிறது மாத்திரம் லீகலா? உங்க பார்வை எம்மேலே விழுந்த மாதிரி அவங்க பார்வை யார் மேலாவது விழுந்திருக்கலாமே? அவங்க எப்படியோ ஏமாந்து போய்க் கன்சீவ் ஆயிட்டாங்க. எனக்கு அந்தப் பிராப்ளம் உங்களாலே என்னிக்குமே வராது."

"ஸ்டாப் இட் கோகுலா. என்னோட இயலாமையைச் சும்மா குத்திக் குத்திக் காட்டாதே. நான் ஏற்கெனவே ஆத்திரத்திலே பொசுங்கிக்கிட்டிருக்கேன்."

"ஸாரி டியர்." கோகுலா அழகாய்ச் சிணுங்க, விஷ்ணுகுமார் கேட்டான். "மிருணாளினியை நீ எங்கே வெச்சுப் பார்த்தே?"

ஒரு கொலை தப்புத் தப்பாய்ச் செய்யப்படுகிறது

“என்னோட கஸின் ஸிஸ்டர் ஒருத்தி ஐஸ்வர்யா நகர்ல இருக்கிறதா ஏற்கெனவே உங்ககிட்ட சொல்லியிருக்கேன்.”

“ஆமா.”

“அவளைப் பார்க்கத்தான் காலையில எட்டுமணிக்கு இங்கே வந்தேன். அவளைப் பார்த்துட்டு ஸிட்டிக்குத் திரும்பறதுக்காக - பஸ் ஸ்டாண்ட்ல நின்னுட்டிருந்தேன். திருப்பூர் போற பஸ் வந்து நின்னுது. அந்தப் பஸ்ஸிலிருந்து உங்க மிஸஸ் இறங்கி எதிர்ப்பக்கமா நடந்து போயிட்டிருந்தாங்க. எனக்கு ஆச்சரியம் தாளலை. இந்த நேரத்துக்கு இவங்க எங்கே போறாங்கன்னு தெரிஞ்சுக்கிறதுக்காக ஃபாலோ பண்ண ஆரம்பிச்சேன். அவங்க நேரா தீபலட்சுமி நர்ஸிங்ஹோமுக்கு போனாங்க. நானும் உள்ளே போனேன். டாக்டர் ரூமுக்கு வெளியிலேயே நின்னுட்டேன். டாக்டரம்மா உங்க ஒய்ப்பைப் பார்த்ததும். ‘இன்னிக்கே பண்ணிடலாமா’ன்னு கேட்டாங்க. உங்க மிஸஸ் அழுதாங்க. டி அண்ட் ஸி பண்ணிக்கிட்டா வலிக்குமான்னு கேட்டாங்க. டாக்டரம்மா தோளைத் தட்டிக் கொடுத்துக்கிட்டே, ‘வலியில்லாம இருக்குமா? இதையெல்லாம் முன்னாடியே யோசிச்சுப் பார்த்திருக்கணும்’னு சொல்லிச் சிரிச்சாங்க. அவங்க பார்வையில நான் எங்கே பட்டுடப் போறேனோன்னு பயந்து வெளிய வந்துட்டேன். வந்ததுமே உங்களுக்கு இந்த டெலிபோன் பூத்திலிருந்து போன் பண்ணினேன்.”

“மிருணாளினி உன்னைப் பார்த்துடலையே?”

“ஊ... ஹு... ம்.”

“சரி. இப்போ என்ன பண்ணலாம்ங்கிறே?”

“பேசாமே ஆபீஸுக்குத் திரும்பிப் போயிடலாம்.”

“நர்சிங்ஹோமுக்குப் போய், அவளைக் கையும் மெய்யுமாய்ப் பிடிச்சு நாலு வார்த்தை நறுக்குன்னு கேட்க வேண்டாமா?”

"வேண்டாம் விஷயம் வெட்ட வெளிச்சமாயிட்டா உங்க மிஸஸுக்குப் பயம் போயிடும். ஒரு பொண்ணைத் தாயாக்க முடியாத உங்க பலவீனமும் வெளியே வந்துடும். இது உங்களுக்குத் தேவையா?"

விஷ்ணுகுமார் தீவிரமாய் யோசித்தான்.

அடுத்த நாள் மத்தியானம் வரைக்கும் யோசித்து ஒரு முடிவுக்கு வந்தபோது, போர்டிகோவில் அந்த ஆட்டோ வந்து நின்றது. சிகரெட் புகையும் கையோடு எட்டிப் பார்த்தான் விஷ்ணுகுமார்.

ஆட்டோவிலிருந்து இறங்கி ஒரு சின்ன சூட்கேஸோடு உள்ளே வந்து கொண்டிருந்தாள் மிருணாளினி. நிரம்பவும் சோர்வாய்த் தெரிந்தாள். கணவனைப் பார்த்ததும் கண்களில் லேசாய் மிரண்டு, பின் இயல்புக்கு வந்தாள். சிரிக்க முயன்று முடியாமல் கேட்டாள்.

"எ... எ... என்னங்க, ஆபீஸ் போகலையா?"

"போகலை. மத்தியானம் லஞ்ச் சாப்பிட்டுட்டுப் படுத்தேன். அப்படியே தூங்கிட்டேன். ஆமா.. கல்யாணம் எப்படி நடந்தது?"

"ந... நல்லா நடந்துச்சு."

"ஏன் ரொம்பவும் டல்லடிக்கிறே? ஒரே நாள்ல பாதி உடம்பு கரைஞ்சு போன மாதிரி இருக்கு?"

"இ... இ... இல்லையே... நல்லாத்தானே இருக்கேன்."

"மாப்பிள்ளை பொண்ணைக் கூட்டிக்கிட்டு ஊருக்குப் போயிட்டாரா?"

"போ... போயிட்டார்."

"மாப்பிள்ளைக்கு எந்த ஊரு?"

"போடிநாயக்கனூர்."

"சரி... போய்க் குளிச்சுட்டு வா. உனக்கு ஒரு சந்தோஷமான நியூஸ் சொல்றேன்."

ஒரு கொலை தப்புத் தப்பாய்ச் செய்யப்படுகிறது

"சந்தோஷமான நியூஸா? இப்பவே சொல்லுங்களேன்." ஆர்வமாய் அவனுக்குப் பக்கத்தில் வந்து உட்கார்ந்தாள் மிருணாளினி. உடம்பினின்றும் ஏதோ மருந்து வாசம் அடித்தது.

விஷ்ணுகுமார் சிகரெட்டை ஆஷ்ட்ரேயில் இட்டுப் புதைத்தான். "நீ ரொம்ப நாளா ஒரு ஊருக்குப் போகணும்னு சொல்லிட்டிருந்தியே?"

"கொடைக்கானலா?"

"அதேதான்."

"அட! என்னிக்குப் போகப் போறோம்?"

"நாளைக்கு ஒரு எஸ்டேட் ரொம்பவும் சீப்பான விலைக்கு வருதாம். அதைப் பார்க்கத்தான் போறோம்."

"அங்கே எத்தனை நாள் தங்கறோம்?"

"எத்தனை நாள் தங்கலாம்? நீயே சொல்லு."

"ஒரு வாரம்."

"போதுமா?"

"போதும்."

"சரி. ஒரு வாரம் தங்கலாம். ஆனால் நீ எனக்காகக் கியாரண்டி தரணும்."

"கியாரண்டியா?"

"ஆமா கொடைக்கானல்ல ஒரு வாரம் நாம தங்கிட்டு ஊருக்கு வந்த நாளிலிருந்து நீ 'கேர்ஃப்ரீ' உபயோகிக்கக் கூடாது."

மிருணாளினி திடுமென்று முகம் மாறினாள்.

"என்ன அப்படிப் பார்க்கிறே மிருணா? நீ என்னை அப்பாவாக்கிடணும்னு சொல்ல வர்றேன்."

"அந்தச் சாமர்த்தியம் உங்க கையிலதான் இருக்கு." மிருணாளினி தலையைக் குனிந்துகொண்டு மெல்லிய குரலில் சொன்னாள்.

“நல்லா யோசனை பண்ணித்தான் இந்த முடிவுக்கு வந்தீங்களா ஸார்?” கோகுலா கேட்க, தலையாட்டினான் விஷ்ணுகுமார்.

“ஆமா.” ரேஸ் கோர்ஸ் ரோட்டின் இருட்டில் மெதுவாய் நடந்து கொண்டிருந்தார்கள். “கொலை பண்றது அவ்வளவு சுலபமில்லை சார்.”

“யோசிச்சுச் செஞ்சா சுலபம்தான்.”

“சரி, உங்க தர்மபத்தினியை எப்படித் தீர்த்துக்கட்டப் போறீங்க?”

யாரும் இல்லாத அந்தப் பிராந்தியத்தை ஒருமுறை ஜாக்கிரதைத்தனமாய் பார்த்துக் கொண்டே குரலைத் தாழ்த்திக் கொண்டான் விஷ்ணுகுமார்.

“ஆறு மாசத்துக்கு முன்னாடி நான் சிங்கப்பூர் போயிருந்தப்ப ‘Make Yourself. Change into a New Face’ பாக்ஸ் வாங்கிட்டு வந்தேன். ஞாபகமிருக்கா?”

“நல்லாவே ஞாபகமிருக்கு. வழுக்கைத் தலை விக். நரை புருவம். நரை மீசை. கண்ணாடி. ஹியரிங் எய்ட். இதெல்லாம் இருந்த பாக்ஸ்தானே?”

“ஆமா...”

“அதை வெச்சுகிட்டு என்ன பண்ணப் போறீங்க?”

“சொல்றேன் அதுக்கு முன்னாடி ஒரு கேள்வி.”

“என்ன?”

“ஒரு தடவை அந்த மேக்கப்பை மாட்டிக்கிட்டு உம் முன்னாடி நின்னேன். அது வேஷம் போட்ட மாதிரி தெரிஞ்சுதா?”

“நோ தத்ரூபம். அந்த வழுக்கைத் தலை விக்கும் ரப்பர் மூக்கும் நிஜத்தோலோடு பொருந்தி, வேற யாரையோ பார்க்கிற மாதிரி இருந்தது. ஃபென்டாஸ்டிக்”

“இந்த வேஷத்தைத்தான் என்னோட திட்டத்துக்கு உபயோகப்படுத்திக்கப் போறேன் கோகுலா.”

“எப்படி?”

சொன்னான் விஷ்ணுகுமார்.

சொல்லச் சொல்ல, முகம் பிரகாசமானாள் கோகுலா. அவன் சொல்லி முடித்ததும் உற்சாகம் தாங்கமாட்டாமல் அவனைத் தன் வெல்வெட் உடம்பால் இறுக அணைத்துக் கன்னத்தில் ‘பச்’சென்று முத்தமிட்டாள்.

“திட்டம் எப்படி?”

“மகா துல்லியம்.”

கொடைக்கானலின் குளிர்ச்சியில் ஆறு நாட்கள் இனிமையாய்க் கரைந்து போயிருக்க, அன்றைக்கு ஏழாவது நாள் ராத்திரி. ஓட்டல் குபேரா. இரண்டாவது மாடி. கடைசி அறை.

நேரம் எட்டு மணி.

அந்தச் சின்ன லெதர் பேக்கை எடுத்துக்கொண்டு விஷ்ணுகுமார் புறப்படத் தயாரானபோது கம்பளிப் போர்வைக்குள்ளிருந்த மிருணாளினி ஆச்சர்யமாய்ப் பார்த்தாள்.

“எங்கே கிளம்பிட்டீங்க?”

“ஸ்காட்ச் கொஞ்சமாத்தான் இருக்கு எனக்குக் காணாது. போய் ஒரு புது பாட்டிலை வாங்கிட்டு வந்துடறேன்.”

“பேரரைக் கூப்பிட்டுச் சொல்லிவிட வேண்டியதுதானே?”

“பேரரை அனுப்பினா ஒயின்ஷாப்காரங்க ஏமாத்திடுவாங்க. ஒரு பத்து நிமிஷ நடைதானே? நானே போய் வாங்கிட்டு வந்துடறேன்.”

“ஏகமா பனி கொட்டுது. சீக்கரமா வந்துடுங்க.”

“ம்... ம்... கதவைச் சாத்திக்க.”

லெதர் பேக்கோடு அறையினின்றும் வெளியே வந்தான் விஷ்ணுகுமார். எல்லா அறைக்கதவுகளும் சாத்தியிருக்க,

157
ராஜேஷ்குமார்

வெராண்டா வெறிச்சிட்டது. பார்வையை ஒரு முறை சுழற்றியவன் ஓட்டலின் பின்புறம் போகும் படிகளில் இறங்கி நிமிஷ நேரம் முடிவதற்குள் ஓட்டலின் பின்பக்கத் தெருவுக்கு வந்தான். இருதயம் லேசான திக் திக்கில் இருந்தது. 'எல்லாமே திட்டமிட்டபடி நடக்குமா?'

ஆள் நடமாட்டம் இல்லாத தெருவில் விறுவிறுவென்று நடந்து, அந்த அடர்த்தியான லைக்கோபோடியம் மரத்துக்குக் கீழே நின்று லெதர் பேக்கை விரித்தான். உள்ளேயிருந்து வழுக்கைத் தலை விக், நரை புருவம், நரை மீசை. முக்குக் கண்ணாடி, ஒவ்வொன்றாய் எடுத்துச் சில நிமிஷங்களைச் செலவழித்துத் திருத்தமாய் வைத்துக் கொண்டான். சால்வையை எடுத்து மேல் போர்த்திக் கொண்டான். நடையைக் கொஞ்சம் தளர்வாக்கிக் கொண்டு ஓட்டலை நோக்கி நடந்தான்.

ஐந்து நிமிஷ நடை.

ஓட்டலின் முன்பக்கமாய் வந்து, ரிசப்ஷன் கௌண்டரில் குரலைக் கரகரப்பாக்கிக் கொண்டு கேட்டான்.

"மிஸ்டர் விஷ்ணுகுமார் எந்த ரூமில் தங்கியிருக்கார்?"

"ரூம் நெம்பர் தர்ட்டி ட்டூ, செகண்ட் ப்ளோர்."

"ரூம்ல இருக்காரா?"

"இருக்கார்."

விஷ்ணுகுமார் நடந்தான் உள்ளே. இரண்டாவது மாடிக்கு வந்து வராந்தாவில் நடந்தான். வராந்தாவில் யாரும் இல்லை. தன்னுடைய அறைக்கு முன்பாக வந்து நின்றான். 'டொக்... டொக்...' கதவைத் தட்டினான்.

"யாரது?" மிருணாளினியின் குரல் கேட்டது.

"நான்தான் மிருணா கதவைத் திற..." தன்னுடைய ஒரிஜினல் குரலைக் கொடுத்தான் விஷ்ணுகுமார்.

சில வினாடிகளுக்குப் பின் கதவு விரிய அவசர அவச ரமாய் உள்ளே நுழைந்த விஷ்ணுகுமாரைத் திகைப்பாய்ப்

பார்த்துப் பின் தெளிந்து "இதென்னங்க வேஷம்?" என்று கத்தலான குரலில் கேட்டாள்.

விஷ்ணுகுமார் அவளுக்குப் பதில் சொல்லாமல் கதவைச் சாத்தினான். மிருணாளினி அவனுடைய முதுகுக்குப் பின்னால் கேட்டாள்.

"என்னங்க இது... ஸ்காட்ச்பாட்டில் வாங்கப் போயிட்டு மாறுவேஷத்துல வந்து நிக்கிறீங்க. ஏற்கெனவே உங்களை இந்த செட் மேக்கப்பில் பார்த்திருந்ததனால சட்டுனு எனக்கு அடையாளம் தெரிஞ்சுது. இல்லேன்னா யாரோன்னு நினைச்சு 'வீல்'ன்னு கத்தியிருப்பேன்."

விஷ்ணுகுமார் திரும்பினான். முகத்தின் நிறம் தப்பியிருந்தது.

"மிருணா..."

"எ.. ன்.. ன.. ங்க? ஏன் என்னவோ மாதிரி இருக்கீங்க?"

"நான் உன்கிட்ட கொஞ்சம் பேசணும்."

"எ... என்ன பேசணும்?"

"யாரவன்?"

"யாரவன்னு... இப்படி மொட்டையாக் கேட்டா?"

"உன்னோட டி அண்ட் ஸிக்குக் காரணமானவன் யார்னு கேட்டேன்."

"டி அண்ட் ஸியா?" முகம் வெளுத்தாள் மிருணாளினி.

வழுக்கைத்தலை விக்கைக் கழற்றிக் கொண்டே விஷ்ணுகுமார் மெல்லச் சிரித்தான். "உன் கற்போட ஊழலைப் பத்திச் சுருக்கமாச் சொல்லட்டுமா? திருப்பூர்ல சினேகிதி கல்யாணம். வர ரெண்டு நாளாகும்ன்னு சொல்லிட்டு ஐஸ்வர்யா நகர் தீப லட்சுமி நர்சிங்ஹோமுக்குப் போய் வயித்தைச் சுத்தம் பண்ணிக்கிட்டு வந்த பத்தினிப் பெண்ணே! இப்ப சொல்லு யாரவன்?"

மிருணாளினி அந்தக் கொடைக்கானல் குளிரிலும் வியர்த்தாள். "இ... இ... இதெல்லாம்... உ... உங்களுக்கு எப்படி?"

159

ராஜேஷ்குமார்

"தெரியும்னு கேக்கறியா? அ... அதெல்லாம் சொல்லிட்டிருக்க எனக்கு நேரமில்லை. உத்தமிப் பெண்ணே... உன்னோட உடம்பு அந்தத் திருட்டுக் காதலனுக்கு இனிமேயும் உபயோகப்பட கூடாதுங்கிற நல்ல எண்ணத்துலதான் உன்னைக் கொடைக்கானலுக்குக் கூட்டிட்டு வந்தேன்."

சொல்லிக் கொண்டே தன் கையில் வைத்திருந்த மயக்க மருந்து தெளிக்கப்பட்ட கர்ச்சீப்பால் மிருணாளினியின் மூக்கைப் பொத்தினான்.

அரை நிமிஷ நேரம் திமிறியவள், பிறகு முடியாமல் சுருண்டாள். அவளை அப்படியே டேபிளுக்கு முன்பாக வந்து நின்று நரை மீசை, புருவம், லெதர் நோஸ் ஒவ்வொன்றாய்ப் பிரித்து ப்ளஷ் அவுட் ஸிங்க்கிற்குக் கொண்டு போய் உள்ளே வீசித் தண்ணீரை இறைத்தான்.

'ஜஜ்ஜஜ்ர்ர்ர்'ரென்று எல்லாமே காணாமல் போயிற்று.

தான் அவசர அவசரமாய் நைட்கவுனுக்கு மாறினான். திருட்டுத்தனமாய் உள்ளூரில் வாங்கிய பிஸ்டலை ஃபோம் மெத்தைக்குக் கீழே இருந்து எடுத்து - ஐந்தடி தூரம் தள்ளி நின்று -

மயக்கமாய்ப் படுத்துக் கிடந்த மிருணாளினியின் மார்பை நோக்கிச் சுட்டான்.

"ட்டுமீல்..." மார்பில் ரத்தப் பொத்தல் விழுந்தது. அந்தச் சத்தம் அடங்குவதற்குள் அவளுடைய வயிற்றை நோக்கி இன்னொரு தோட்டா பாய்ந்தது.

"ட்டுமீல்..." மிருணாளினி ரத்தமாய்ப் புரண்டாள். விஷ்ணுகுமார் பரபரவென்று செயல்பட்டான். ரிவால்வரை நன்றாகத் துடைத்துப் பின்பக்க ஜன்னல் வழியாக வெளியே தெரிந்த சாக்கடையை நோக்கி வீசினான். வீசிய அதே வினாடி, அறைக்கதவைத் திறந்துகொண்டு வெளியே பாய்ந்து வீறிட்டான்.

"கேட்ச் ஹிம்... அவனைப் பிடிங்க..."

ஒரு கொலை தப்புத் தப்பாய்ச் செய்யப்படுகிறது

தபதபவென்று வராந்தாவில் எல்லா அறைகளின் கதவுகளும் படீரென்று திறந்தன. ஆட்கள் நாலாபக்கமும் இருந்து சூழ்ந்தார்கள்.

"என்ன சார்... என்னாச்சு?"

"யாரோ ஒரு ஆள்... வழுக்கைத் தலையன் என்னோட ஒய்ஃப்பைச் சுட்டுட்டு ஓடறான் ஸார்."

"எந்தப் பக்கம்?"

"இதோ... இந்தப் பக்கம்தான்." ஓட்டலுக்குப் பின்பக்கம் போகும் மாடிப்படிகளைக் காட்ட, சிலர் அந்தப் படிகளின் வழியே பாய்ந்தார்கள்.

விஷ்ணுகுமார் போலிப் புலம்பலோடு மறுபடியும் தன்னுடைய அறைக்கு ஓடிவந்தான் கதறினான். "மிருணா! யாரம்மா அவன்? எதுக்காக உன்னைச் சுட்டான்? எனக்கு ஒண்ணும் புரியலையே!"

தலையில் மடேர் மடேரென்று வலித்தாலும் பரவாயில்லை என்று - கொஞ்சம் காட்டமாகவே அடித்துக் கொண்டு அழுதான்.

தகவல் போய்ப் போலீஸ் வந்தார்கள்.

அழுது கொண்டிருந்த விஷ்ணுகுமாரை அந்தப் போலீஸ் இன்ஸ்பெக்டர் கையிலிருந்த லாத்தியால் மெல்லத் தட்டினார்.

"அழுததுபோதும். கொஞ்சம் பேசலாமா?"

இன்ஸ்பெக்டரின் குரலில் தொனித்த கிண்டலைச் சட்டென்று அடையாளம் பிடித்துக் கொண்டு நிமிர்ந்தான் விஷ்ணுகுமார்.

இன்ஸ்பெக்டர் பார்த்துக் கொண்டே அறையின் மூலையில் டீபாய் மேலிருந்த டெலிபோனைக் காட்டினார்.

அவன் பார்த்தான். ரிஸீவர் தனியே கிடந்தது.

ரிசப்ஷன் கௌண்டரில் பணியாற்றும் அந்த இளைஞன் விஷ்ணுகுமாரை நெருங்கினான். "வழுக்கைத்

தலை ஆள் உங்களைப் பத்தி விசாரிச்சுட்டு மாடிப்படி ஏறும்போதுதான் உங்க மனைவி ரூமிலிருந்து ரிசப்ஷனுக்குப் பேசினாங்க. ஏதோ பஸ் டைம் கேட்டாங்க. நான் பதில் சொல்லிக்கிட்டிருக்கும்போதே 'எக்ஸ்க்யூஸ் மீ... யாரோ கதவைத் தட்டறாங்க பார்த்துட்டு வந்துடறேன். இருங்கன்னு சொல்லிட்டுப் போனாங்க. நான் லைன்ல காத்திட்டிருந்தேன். கதவு திறக்கப்படற சத்தமும், உங்க ரெண்டு பேரோட பேச்சுக் குரலும் ரிஸீவர் வழியாக கேட்டது. வழுக்கைத் தலை ஆளாக வந்தது நீங்கதான்னு தெரிஞ்சதுமே எனக்கு ஷாக். உங்க ரெண்டு பேரோட பேச்சையும் உன்னிப்பாய்க் கேட்க ஆரம்பிச்சேன். பேச்சு மும்முரத்தில் இந்த ரிஸீவர் எடுத்து வெச்சிருக்கிற விஷயத்தை ரெண்டு பேருமே கவனிக்காதது எனக்கு ப்ளஸ் பாயின்ட். உங்களுக்குள்ளே ஏதோ சண்டை, அது சரியாகலாம்னு நினைச்சுக்கிட்டிருக்கும்போதே ரிவால்வர் வெடிக்கிற சத்தம் கேட்டது. நான் உடனே ரிஸீவரை வெச்சிட்டு, ஆட்களோட மேலே ஓடி வந்தேன். நீங்க வழுக்கைத் தலை ஆளைப் பிடிக்கச் சொல்லி ஆர்ப்பாட்டம் பண்ணிட்டிருந்தீங்க. அந்த ஆர்ப்பாட்டத்தைப் பார்த்ததும் இது உங்களோட திட்டம்தான் என்கிறதைப் புரிஞ்சுக்கிட்டேன். கீழே நழுவிப் போய் டெலிபோன்ல போலீஸைக் கூப்பிட்டு ரத்தினச் சுருக்கமா விஷயத்தைச் சொன்னேன்."

"கைவிலங்கோடு வந்துட்டோம். கையை நீட்டறீங்களா?" இன்ஸ்பெக்டர் சிரித்துக்கொண்டே சொல்ல, விஷ்ணுகுமார் தலையைக் கவிழ்த்துக்கொண்டு இரண்டு கைகளையும் நீட்டினான்.

கான்ஸ்டபிள் வளைகாப்பு நடத்தினார்.

—

டாப் ஸ்லிப் கெஸ்ட் ஹவுஸ்

ஜீப் தன் உலோக உடம்பை உதறிக்கொண்டு, 'டாப் ஸ்லிப்' கெஸ்ட் ஹவுஸிற்கு முன்னால் மூச்சிரைத்துப் புகை கக்கி நின்றபோது சாயந்திரம் ஆறு மணி. அந்தக் காட்டுப் பிரதேசம் பூராவும் கரிப்பொடி தூவின சைஸில் வேக வேகமாய் இருட்டில் விழ, பட்சி வர்க்கங்கள் உச்சப்பட்ச கூச்சலில் இருந்தது. மேற்கில் எப்போதோ புதைந்து போன கதிரவனின் ஞாபகார்த்தமாய் மேகத் துணுக்குகளில் காவி நிறம் ஒட்டியிருந்தது. வீசிய காற்றில் குளிர் கோபமாய் இருந்தது.

ஜீப்பின் டிரைவர் ஸ்தானத்திலிருந்து கீழே குதித்தான் ஜீவானந்தம். இருபத்தைந்து வயதுக்குரிய தேகாப்பியாச உடம்பு. குளிரைத் தாஜா செய்வதற்காக மார்புக்கு ஸ்வெட்டரையும் கைகளுக்கு லெதர் க்ளவுஸையும் கொடுத்திருந்தான். ஜீப்புக்குள் எட்டிப் பார்த்துப் புன்னகைத்தான்.

"டே... பிரகாஷ், உன் புதுப் பொண்டாட்டியைக் கூட்டிக்கிட்டு இறங்குடா. கெஸ்ட் ஹவுஸ் வந்தாச்சு."

அடுத்த வினாடி பயமான முகங்களோடு பிரகாஷும் நர்த்தனாவும், மிரள மிரளப் பார்த்துக் கொண்டு இறங்கினார்கள். பிரகாஷ் பட்டுச் சட்டை, புது வேட்டியோடு மாப்பிள்ளைத்தனமாய்த் தெரிய அருகே நர்த்தனா மஞ்சள் மின்னும் புதுத் தாலியோடு குத்து விளக்காய் மின்னினாள்.

ஜீவா பிரகாஷைத் தட்டினான். "என்னடா அப்படிப் பார்க்கிறே? இதுதான் எங்க கெஸ்ட் ஹவுஸ். ரொம்ப ராசியான கெஸ்ட் ஹவுஸ். இங்கே ஹனிமூனுக்காக யார் வந்தாலும் சரி, வந்துட்டுப் போன பத்தாவது மாசமே அவங்களுக்கு 'அப்பா-அம்மா'ங்கிற பதவி உயர்வு கிடைச்சுடும். எங்க வீட்டுல யாருக்குக் கல்யாணம் நடந்தாலும் சரி. ஃபர்ஸ்ட் ஹனிமூன் இங்கேதான். அப்புறம்தான் ஊட்டி, கொடைக்கானல், காஷ்மீர்ன்னு எல்லாம்."

ஜீவா சொல்லிக் கொண்டே கெஸ்ட் ஹவுஸின் வாசற்படி ஏறிக் கதவை அடைகாத்திருந்த பூட்டைத் திறந்தான். பிரகாஷும் நர்த்தனாவும் தயக்கமாய் அவனைத் தொடர்ந்தார்கள். சந்தோஷமில்லாத பார்வைகளைப் பரிமாறிக் கொண்டார்கள்.

"ம்... வாங்க. ரெண்டு பேரும் வலது காலை எடுத்து வெச்சு உள்ளே வாங்க. இந்தச் சின்ன ஹாலும் இதனையொட்டின மாதிரி இருக்கிற ரெண்டு அறைகளும்தான் மொத்த கெஸ்ட் ஹவுஸ். ஒண்ணு கிச்சன் ரூம். அடுத்தது பெட்ரூம்..."

ஜீவா சொல்ல, பிரகாஷும் நர்த்தனாவும் தலைகளை ஆட்டிக் கொண்டே ஒவ்வோர் அறையாய் நுழைந்து எட்டிப் பார்த்தார்கள்.

சமையலறை சுத்தமாய் தெரிந்தது. பெரிய ஃபிரிஜ், கியாஸ் அடுப்பு, க்ரைண்டர், மிக்ஸி, வாஷிங்மெஷின்...

"ஃபிரிஜ்ஜைத் திறந்து பாருங்க சிஸ்டர். ஒரு வாரத்துக்குத் தேவையான வெஜிடபிள்ஸ், பால் டின், ஃப்ரூட்ஸ் எல்லாமே ஸ்டாக் பண்ணியிருக்கேன். அலமாரியில

மளிகைச் சாமான் பிளாஸ்டிக் டப்பாக்கள்ல அடைச்சி வெச்சிருக்கேன்.”

நர்த்தனா ஃபிரிஜ்ஜைத் திறந்து பார்த்துக் கொண்டே சொன்னாள். “எங்களாலே உங்களுக்கு ரொம்பச் சிரமம்...”

ஜீவா மெல்லச் சிரித்தான். “பாயின்ட் ஜீரோ ஜீரோ ஜீரோ ஒன் பர்சன்ட் கூட எனக்குச் சிரமமில்லை. பிரகாஷும் நானும் கோயமுத்தூர் மரக்கடை சி.எஸ்.ஐ எலிமெண்டரி பள்ளிக்கூடத்திலிருந்து பி.எஸ்.ஜி ஆர்ட்ஸ் காலேஜ் வரைக்கும் ஒண்ணா படிச்சோம். என்னைப் பொறுத்த வரைக்கும் நான் அவனை ஃப்ரெண்டாவே நினைச்சுப் பார்த்ததில்லை. ஒரு பிரதராத்தான் நினைச்சுப் பார்க்கிறேன்.”

“ஜீ... ஜீவா...” பிரகாஷ் கம்மிப் போன குரலில் கூப்பிட்டான்.

ஜீவா திரும்பினான். “என்னடா...?”

“நானும் நர்த்தனாவும் இங்கே வந்திருக்கிறது என்னோட அப்பாவுக்குத் தெரிஞ்சிருக்காதே?”

“நிச்சயமாய்த் தெரிஞ்சிருக்காது.”

“எனக்கென்னவோ நெஞ்சு பூராவும் ‘திக் திக்’ன்னு இருக்கு. நாங்க இங்கே இருக்கிறது அவருக்குத் தெரிஞ்சிட்டா வேற வினையே வேண்டாம்.”

“தெரிஞ்சா அவராலே என்னடா பண்ண முடியும்?”

“அவர் நினைச்சா என்ன வேணும்ன்னாலும் பண்ணுவார்.”

“இதோ பார்ரா... பிரகாஷ், உங்க அப்பாவைச் சுத்தமா ஒரு வாரத்துக்கு மறந்துட்டு ஹனிமூனை என்ஜாய் பண்ணு. ஒரு வாரத்துக்குள்ளே அவரோட கோபமும் ஆறிடும்.”

பிரகாஷ் கசப்பாய்ச் சிரித்தான்.

“ஏண்டா சிரிக்கிறே?”

“எங்கப்பாவைப் பத்தி உனக்கு இன்னும் சரியாத் தெரியலை. அவரோட வீம்பும் பிடிவாதமும் எனக்குத்தான் தெரியும். நான் நர்த்தனாவைக் கல்யாணம் பண்ணிக்கிறதுல

அவருக்குக் கொஞ்சம்கூட விருப்பம் இல்லை. என்னோட பேச்சை மீறி அந்த அனாதைப் பொண்ணை நீ கல்யாணம் பண்ணிக்கிட்டியானா... சந்தோஷமா வாழ முடியாது. உங்க ரெண்டு பேரையும் வாழவும் விடமாட்டேன்னு சொன்னார்."

"எல்லா அப்பாக்களும் சொல்ற வழக்கமான வசனம்தான் இது. இதைப் போய்ப் பெரிசா நினைச்சுக்கிட்டு... சிஸ்டர் ஒரு சின்ன ஹெல்ப்."

நர்த்தனா ஜீவாவை ஏறிட்டாள். "சொல்லுங்க..."

"பொள்ளாச்சியிலிருந்து எங்கேயும் நிறுத்தாமே ஜீப்பை ஓட்டிட்டு வந்ததுல உடம்பு பூராவும் ஒரே டயர்ட். எனக்கு டீ கிடைக்குமா?"

நர்த்தனா புன்னகைத்தாள். "நீங்களும் அவரும் ஹால்ல உட்கார்ந்து பேசிட்டிருங்க. பத்து நிமிஷத்துல டீ போட்டுக் கொண்டு வர்றேன்."

"தேங்க்ஸ்! வாடா நாம ஹால் சோபாவில் போய்க் குந்துவோம்." பிரகாஷை இழுத்துக் கொண்டு ஹாலுக்கு வந்து சோபாவில் உட்கார்த்தி வைத்தான் ஜீவா. மெல்லிய குரலில் கிசுகிசுத்தான். "ஏண்டா ராஸ்கல் அந்தப் பொண்ணு நர்த்தனா ஏற்கெனவே பயந்து போயிருக்கு. நீ வேற உங்கப்பாவைப் பத்திப் பேசி எதுக்காக அவளோட பயத்தை அதிகப்படுத்தறே?"

"என்னமோ தெரியலை ஜீவா, ஒரு மணி நேரமா மனசுக்குள்ளே ஒரே உளைச்சல். நர்த்தனாவை அவசரப்பட்டுக் கல்யாணம் பண்ணிகிட்டோமான்னு ஓர் உறுத்தல். அப்பாவுக்கு இந்நேரம் எப்படியும் விஷயம் தெரிஞ்சிருக்கும். அவரும் துர்வாச கோபத்தோட குதிச்சிட்டிருப்பார்."

"குதிக்கட்டும் விடு. அவராலே வேறென்ன பண்ண முடியும்? போலீஸுக்கும் போக முடியாது. நீயும் மேஜர், நர்த்தனாவும் மேஜர்... ம்... இதோ பார்றா, உனக்குக்

கல்யாணம் நடந்தாச்சு. இன்னிக்குக் காலைல அஞ்சரை மணியிலிருந்து நர்த்தனா உன்னோட மனைவி. இனிமே நீ அவளைப் பத்தித்தான் கவலைப்படணும். உங்கப்பாவைப் பத்திக் கவலைப்படக்கூடாது." ஜீவா கோபமாய்ச் சொல்ல, பிரகாஷ் கவலையாய் மோவாயைத் தாங்கினான்.

"அப்பாவை எதிர்த்துக்கிட்டு நான் கல்யாணம் பண்ணி கிட்டது சரின்னு சொல்ல வர்றியா?"

"ரொம்பச் சரி. இன்னொரு விஷயத்துல உன்னை நினைக்கும்போது எனக்குப் பெருமையாவும் இருக்குடா."

"பெருமையா?"

"ஆமா உங்கப்பாவுக்கு எவ்வளவு சொத்து தேறும்?"

"கிட்டத்தட்ட ஒன்றரைக் கோடி."

"ஒன்றரைக் கோடி ரூபாய் சொத்தைத் துச்சமா நினைச்சு, உங்கப்பா பார்த்த பொண்ணை அதுவும் மில்லினர் வீட்டுப் பொண்ணை நிராகரிச்சிட்டு ஒரு ஆர்பனேஜ்ல தங்கி வேலைக்குப் போயிட்டிருந்த ஓர் அபலைப் பெண்ணைக் கல்யாணம் பண்ணிட்டிருக்கியே, இது சாதாரண விஷய மில்லை. காதல்ங்கிற வார்த்தைக்கு நீதான்டா நிஜமான அர்த்தம் குடுத்திருக்கே. உங்கப்பாவையே நினைச்சுக்கிட்டு ஹனிமூன் மூடை ஸ்பாயில் பண்ணிக்காதே. ஒரு வாரத்துக்கு இதுதான் உனக்குச் சொர்க்கம். நீயும் நர்த்தனாவும் வெளியில எங்கேயும் போக வேண்டாம். வீட்டுக்குள்ளேயே டி.வி இருக்கு. டெக் இருக்கு. சின்னதா காஸெட் அலமாரி ஒண்ணு வெச்சிருக்கேன். இஷ்டமான படத்தைப் போட்டுப் பாரு. நான் பம்பாயிலிருந்து அடுத்த வியாழக்கிழமை கிளம்பி வரும் போது நீயும் நர்த்தனாவும் ஹேப்பி மூட்ல இருக்கணும்."

பிரகாஷ் ஜீவாவின் கைகளைப் பற்றிக் கொண்டான். "ஏண்டா நாளைக்கு நீ பம்பாய் போய்த்தான் ஆகணுமா? நீயும் எங்க கூடவே தங்கிடேன்."

"என்னடா இப்படிக் கேக்கிறே? நான் பிசினஸ் பார்க்க வேண்டாமா? அதுவுமில்லாம உனக்கு இது ஹனிமூன்.

உங்களுக்கு மத்தியில நான் நந்தி மாதிரி உட்கார்ந்துகிட்டு வளவளன்னு பேசிட்டிருந்தா நல்லாவா இருக்கும்? நீ சகிச்சிக்கிட்டாலும் நர்த்தனா சகிச்சுக்க மாட்டா. முட்டாள்டா நீ! வடிகட்டின முட்டாள்.”

“பம்பாய் போயிட்டு நீ சீக்கிரமா வர முடியாதா?”

“வியாழக்கிழமைக்கு முன்னாடி வரவே முடியாது. ஏண்டா இந்த வீட்ல தங்க உனக்கு பயமாயிருக்கா?”

“வீட்ல தங்க பயமா இல்லை.”

“பின்னே?”

“நானும் நர்த்தனாவும் இங்கே தங்கியிருக்கிறது அப்பாவுக்குத் தெரிஞ்சிருக்குமோன்னுதான் பயப்படறேன்.”

ஜீவா பட்டென்று தலையில் அடித்துக் கொண்டான். “மறுபடியும் அப்பாவா? டேய்ய். எனக்கு வர்ற ஆத்திரத்துக்கு உ... உன்னை... ஏண்டா! மருதமலையில அஞ்சரை மணிக்குக் கல்யாணம். முடிஞ்சதும், உடனடியா ஜீப் மூலமாக் கோயமுத்தூருக்கு வந்துட்டோம். என்னோட வீட்ல மத்தியானம் ஒரு மணி வரைக்கும் இருந்தோம். அப்புறம் புறப்பட்டு டாப் ஸ்லிப்புக்கு வந்துட்டோம். காதும் காதும் வெச்ச மாதிரி எல்லாமே முடிஞ்சிருக்கு. உங்கப்பாவுக்கு எப்படி விஷயம் தெரியும்?”

பிரகாஷ் ஏதோ சொல்ல வாயெடுத்த வினாடி சமையலறையிலிருந்து டீ நிரம்பிய கப் அண்ட் சாஸர்களோடு நர்த்தனா வெளிப்பட்டாள்.

“ஸாரி சிஸ்டர். உங்களுக்குச் சிரமம் கொடுத்துட்டேன்.”

“நீங்க எங்களுக்காகப் படற சிரமத்தை விடவா?”

ஜீவா சிரித்துக் கொண்டே ஒரு கப்பை எடுத்துக் கொள்ள, நர்த்தனா கேட்டாள்: “ராத்திரிக்கு என்ன டிபன் பண்ணட்டும்?”

“நான் டீ சாப்பிட்டுப் புறப்பட்டுடுவேன். எனக்காக எதுவும் பண்ண வேண்டாம்.”

"ஏண்டா இன்னிக்கு ராத்திரியாவது நீ இங்கே தங்கி நாளைக்குக் காலைல கோயமுத்தூர் புறப்பட்டுப் போகக் கூடாதா?" பிரகாஷ் கேட்க, ஜீவா சிரித்தான்.

"முட்டாள்! இன்னிக்கு ராத்திரிதாண்டா உனக்கு ஃபர்ஸ்ட் நைட். பாவி. படுபாவி! உன்னை யார்ரா இப்படிப் பயந்துகிட்டுக் கல்யாணம் பண்ணிக்கச் சொன்னது? சிஸ்டர், இவன் சரியில்லை. நான் பம்பாயிலிருந்து வர்றதுக்குள்ளே நீங்க இவனைச் சரி பண்ணி வெக்கணும். நான் இங்கேயே இன்னமும் உட்கார்ந்திட்டிருந்தா இவனோட பயம் எனக்கும் வந்துரும். நான் கிளம்பறேன்."

டீயை அவசர அவசரமாய்க் குடித்துவிட்டுக் காலி கப்பைக் கீழே வைத்தபடி எழுந்தான் ஜீவா. ஜீப் சாவியை எடுத்துக் கொண்டான்.

பிரகாஷின் பயம் நியாயமானதுதான் என்று ஜீவாவுக்கு அப்போது தெரிய நியாயமில்லை.

கஜேந்திரரின் கண்கள் ரத்தம் உறைந்த மாதிரியான சிவப்பில் இருந்தன. அவருடைய புஷ்டியான நரை மீசைக்குக் கீழே கோபமான உதடுகள் வேகமாய் அசைய, கடைவாய்ப் பற்கள் அரை பட்டது. "அயோக்கிய நாயீ...!"

எதிரே அந்த மூன்று பேர் திடகாத்திரமான உடம்புகளோடு மார்பில் கைகளைக் கட்டி நின்றிருந்தார்கள். அவரையே பார்த்தார்கள். அவர் தொடர்ந்து கர்ஜித்தார்.

"அந்த ராஸ்கல் உயிரோட இருக்கவே கூடாது. என்னையும் இந்தச் சொத்தையும் உதறித் தள்ளிட்டு, எவளோ ஒரு பஞ்சைப் பராரியைக் கல்யாணம் பண்ணிகிட்ட அவனை ரெண்டு ரெண்டா வெட்டிப் போடணும். அப்பத்தான் கொதிச்சுக்கிட்டிருக்கிற என் மனசு ஆறும். இந்தாங்க, ஆளுக்கு அஞ்சாயிரம் எடுத்துக்குங்க. இப்பவே புறப்பட்டுப் போய்க் காரியத்தை முடிச்சுட்டு வாங்க."

169

ராஜேஷ்குமார்

அவர்களை நோக்கி நோட்டுக் கற்றைகளை வீசியெறிந்தார் கஜேந்திரர். மூன்று பேரும் கண்களில் பிரகாசம் காட்டி நோட்டுக் கற்றைகளைப் பொறுக்கிக் கொண்டார்கள்.

"அந்த அனாதைக் கழுதையை நிக்க வெச்சு, அவ கண் முன்னாலேயே அந்த அயோக்கிய ராஸ்கலை வெட்டிப் போடுங்க. அதைப் பார்த்து அவ துடிக்கணும். அதுக்கப்புறமா அவளோட கதையை முடிங்க. நாளைக்குக் காலைல பேப்பர்ல நியூஸ் பார்த்தாத்தான் எனக்கு நிம்மதி."

மூன்று பேரில் ஒருவன் முன்னால் வந்தான். "அய்யா! ஒரு சின்ன யோசனை..."

"என்னடா?" - நிமிர்ந்தார்.

"அவங்க ரெண்டு பேரும் உயிரோட இருக்கக்கூடாது. அவ்வளவுதானே?"

"ஆமா."

"நாங்க கொலை பண்றதைக் காட்டிலும் அவங்க ரெண்டு பேரையும் தற்கொலை பண்ணிக்க வெச்சுட்டா?"

கஜேந்திரரின் புருவங்கள் உயர்ந்தன. "அவங்களையே தற்கொலை பண்ணிக்க வைக்கிறதா?"

"ஆமாங்க."

"அதெப்படி முடியும்?"

"கண்டிப்பா முடியும். கைவசம் யோசனை இருக்கு. நாம கொலை பண்ணிட்டா போலீஸு விசாரணைன்னு தொந்தரவாகும். தற்கொலை பண்ணிக்க வெச்சுட்டா பிரச்சினை அதோட முடிஞ்சுடும். இப்படித்தான் போன வருஷம் திருப்பூர்ல ஒரு புருஷன் பொஞ்சாதியைத் தானா தற்கொலை பண்ணிக்க வெச்சோம். போலீஸ் வந்தாங்க. தற்கொலைன்னு எழுதிகிட்டுப் போயிட்டே இருந்தாங்க."

"சொல்றதை விளக்கமாச் சொல்லித் தொலைடா." கஜேந்திரர் உறும, அவன் பத்து நிமிஷம் செலவழித்து அந்த யோசனையைச் சொன்னான்.

அவன் சொல்லச் சொல்ல, கஜேந்திரரின் அகல முகம் மேலும் அகலமாகி மலர்ந்தது. கண்களில் சந்தோஷம் சொட்டியது.

"இந்தா, யோசனை சொன்ன உனக்கு இன்னொரு ரெண்டாயிரம். காரியத்தைக் கச்சிதமா முடிச்சுட்டு வா."

"அய்யா..." இரண்டாவது ஆசாமி குரல் கொடுத்தான்.

"என்ன?"

"டாப் ஸ்லிப்ல அந்த கெஸ்ட் ஹவுஸ் எங்கேயிருக்குன்னு இன்னொருவாட்டி சரியாச் சொல்லிடுங்க. இதுவரைக்கும் நாங்க அந்த ஏரியாவுக்குப் போனதில்லை..."

அவர் சொன்னார். "ஒரு பேப்பர்ல குறிச்சுக்குங்க. வழி தெரியாமே யார் கிட்டேயும் கேட்டுடாதீங்க. பஸ் ஸ்டாண்டிலிருந்து கிழக்கேயும் மேற்கேயும் ரெண்டு வழி பிரியும். நீங்க திரும்ப வேண்டியது கிழக்குப் பக்கம் கோணமாணலா மண் ரோடொண்ணு போகும். அதே வழியில ரெண்டு கிலோ மீட்டர் தூரம் நடந்தா ஓடு இருக்குற ஒரு பழைய கட்டிடம் வரும். அதான் ஜீவாவோட கெஸ்ட் ஹவுஸ். நான் அஞ்சு வருஷத்துக்கு முன்னாடி ஒரு தடவை அங்கே போயிருக்கேன். ரெண்டு நாள் தங்கிட்டு வந்திருக்கேன். ரொம்பவும் ஏகாந்தமான எரியா. ஆள் நடமாட்டமே இருக்காது. இங்கிருந்து அரை கிலோ மீட்டர் தூரம் நடந்தா போதும் டாப் ஸ்லிப்ங்கிற மலையுச்சி வரும். நீங்க அந்த மலையுச்சிக்கே ரெண்டு பேரையும் கூட்டிட்டுப் போய்த் தற்கொலை பண்ணிக்க வெக்கலாம்."

அவர் சொல்லி முடித்ததும் மூன்று பேரும் தலைகளை ஆட்டிவிட்டு, நகர்ந்தார்கள்...

கஜேந்திரர் இடது கை விரல்களால் நரை மீசையை ஆவேசமாய் வாரிக் கொண்டார். "நீயும் அவளும் புருஷன் பெஞ்சாதியா வாழ்ந்துடுவீங்களா?"

காலை பத்து மணி.

டாப்ஸ்லிப் முழுவதும் வீசிக்கொண்டிருந்த காற்றில் குளிர் இன்னமும் கணிசமாய், பிடிவாதமாய் உட்கார்ந்திருந்தது. மலைகளின் உச்சிகளுக்குப் பஞ்சு நிற மேகங்கள் பாலாபிஷேகம் பண்ணிக் கொண்டிருக்க, சூரியன் வோல்டேஜ் குறைந்த பல்பு மாதிரி ஓர் அழகான மேகத்தின் மத்தியில் சிக்கியிருந்தான். நான்கு திசைகளிலும் கடுமையான நிசப்தம்.

கெஸ்ட் ஹவுஸுக்கு வெளியே இருந்த புல்வெளியில் முழங்கால்களைக் கட்டிக் கொண்டு எதிரெதிரே உட்கார்ந்திருந்தார்கள் பிரகாஷும் நர்த்தனாவும். நர்த்தனா அவனுடைய கைவிரல்களை நீவிக்கொண்டு சொன்னாள். "இன்னிக்கு மூணாவது நாள். ஆனாலும் இந்த கெஸ்ட் ஹவுசுக்கு வந்து முப்பது நாள் ஆன மாதிரி ஃபீலிங். நீங்க எப்படி ஃபீல் பண்றீங்க?"

"ஏதோ ஒரு வேற்று கிரகத்துல நாம ரெண்டு பேர் மட்டும் இருக்கிற மாதிரி நான் ஃபீல் பண்றேன். இதுவே ஒரு வேற்று கிரகமா இருந்துடக் கூடாதான்னும் ஆசைப்படறேன்..." சொன்னவன் ஒரு கற்றைப் புல்லை பிடுங்கி எறிவதற்காக நிமிர்ந்தான்.

நிமிர்ந்தவனின் கண்களில் அதிர்ச்சி.

தடிமனான ஓக் மரத்திற்குப் பின்னாலிருந்து அந்த மூன்று பேரும் வெளிப்பட்டார்கள். நடுவில் இருந்தவனின் கைகளில் பிஸ்டல் முளைத்திருந்தது. சாவதானமாய் நடந்து வந்து இருவரையும் சூழ்ந்தார்கள்.

பிரகாஷும் நர்த்தனாவும் பதட்டமாய் எழுந்தார்கள்.

"யா... யார் நீங்க?"

"வெளியே குளிரா இருக்கு. உள்ளே போய்ப் பேசலாமா?"

"எ...எ... என்ன பேசணும்?"

"சொன்னாத்தான் உள்ளே கூட்டிட்டுப் போவியா? ராஜு, கோழியை அமுக்கு..."

சட்டென்று ஒருவன் நர்த்தனாவின் மேல் பாய்ந்து அவளுடைய இரண்டு கைகளையும் பின்னுக்கு மடக்கி முறுக்கினான்.

"ம்...மா ஆ... ஆ..!" நர்த்தனா வலி தாளாமல் வீறிட்டாள்.

பிரகாஷ் கத்தினான். "அவளை ஒண்ணும் பண்ணாதீங்க. விடுங்க."

"வீட்டுக்குள்ள போயிடலாமா?"

"வா... வாங்க..."

அவசர அவசரமாய்ப் பிரகாஷ் உள்ளே கூட்டிக் கொண்டு போனான். பிஸ்டல் பேர்வழி சோபாவுக்குப் போய்ச் சாய்ந்து கொண்டான்.

"கதவைத் தாழ்ப்பாள் போடு."

போட்டான்.

"போய் அந்தச் சுவரோரமா நில்லு."

நின்றான்.

"ராஜு! கோழியை இங்கே கொண்டு வா."

அந்த ராஜு நர்த்தனாவை தள்ளிக் கொண்டு வந்தான். சேலைத் தலைப்பு மோசமான கோணத்தில் நழுவியிருந்தது. கையிலிருந்த பிஸ்டலில் அவளுடைய தாலிக் கொடியைக் கெந்தி எடுத்துக்கொண்டே, "புதுத் தாலி! கல்யாணமாகி எவ்வளவு நாளாச்சு?" கேட்டான்.

நர்த்தனா மௌனம் சாதிக்க-

"என்ன பேசமாட்டியா? ராஜு! பிளேடைக் கொண்டாந்து இந்தத் தாலியை..."

"வே... வேண்டாம். சொல்றேன். கல்யாணமாயி மூணு நாளாச்சு..." நர்த்தனா அவசர அவசரமாய்ச் சொன்னாள். மாராப்பைச் சரிபண்ண முயன்று தோற்றாள்.

"அப்போ நீ புத்தம் புதுசு..." சொல்லிச் சிரித்த பிஸ்டல் பேர்வழி சோபாவினின்றும் எழுந்து பிரகாஷை நெருங்கினான்.

"டாப் ஸ்லிப்புக்குத் தேனிலவு கொண்டாட வந்தியா... உன் பொண்டாட்டி சினிமா ஸ்டார் கணக்கா, அமர்க்களமா இருக்கா! நாங்க மூணு பேரும் கொஞ்சம் கொஞ்சம் டேஸ்ட் பார்க்கட்டுமா?"

"நோ..." பிரகாஷ் கத்திக் கொண்டே அவன் மேல் பாய முயல, அவன் சுலபமாய் பிஸ்டலைக் காட்டி அந்தப் பாய்ச்சலை நிறுத்தினான்.

"உன் பொண்டாட்டியோட கற்பு மேலே உனக்கு இவ்வளவு பக்தியா? இந்தப் பக்தி உண்மையானதாயிருந்தா... நீ எங்களுக்காக ஒரு காரியம் பண்ணனும்."

"எ... என்ன?"

"நாங்க நினைச்சா இந்த நிமிஷமே பொண்டாட்டியை உன் கண் முன்னாடியே நாசம் பண்ண முடியும். ஆனா... நாங்க கேக்கிறபடி நீ ஒரு லெட்டர் எழுதித் தந்தா...அந்த நாச காரியத்தை நாங்க பண்ண மாட்டோம்."

"எ... என்ன லெட்டர் வேணும்?"

"சோமு! தம்பிக்குப் பேனாவும் பேப்பரும் குடு."

மூன்றாவது பேர்வழி கையில் தயாராய் வைத்திருந்த பேப்பரையும் பேனாவையும் நீட்ட, பிரகாஷ் தயக்கமாய் வாங்கிக் கொண்டான்.

"அந்த மேஜையாண்டை போய் உட்கார்ந்து நிறுத்தி அழகா நான் சொல்றதை எழுது..."

பிரகாஷ் தயங்க, பிஸ்டல் பேர்வழி அவன் காதருகே கிசுகிசுத்தான் சிரிப்போடு.

"உம் பொண்டாட்டியோட டிரஸ்ஸக் கழட்டினாத்தான் மேஜையாண்டை போவியா?"

பிரகாஷ் துணுக்குற்று வேக வேகமாய் மேஜையை நோக்கிப் போனான். வியர்த்த முகத்தோடு உட்கார்ந்தான்.

"ம்... எழுது. போலீஸ் இன்ஸ்பெக்டர் அவர்களுக்கு, மூன்று நாட்களுக்கு முன் கல்யாணம் செய்து கொண்ட

பிரகாஷ்-நர்த்தனா ஆகிய நாங்கள் எழுதிக் கொண்டது. வாழ்க்கையை நல்லவிதமாக நடத்த முடியும் என்கிற நம்பிக்கையில் அவசர அவசரமாய்க் கல்யாணம் செய்து கொண்ட எங்களுக்கு, அந்த நம்பிக்கை இப்போது இல்லை. மூன்று நாட்கள் சந்தோஷமாய் வாழ்ந்ததை எண்ணி, அந்தத் திருப்தியிலேயே எங்கள் உயிர்களைப் போக்கிக் கொள்கிறோம். எங்களின் தற்கொலைகளுக்கு யாரையும் காரணமாக்காதீர்கள்... இப்படிக்கு...”

கடிதத்தை எழுதுவதை நிறுத்திவிட்டுப் பிஸ்டல் பேர்வழியை ஏறிட்டான் பிரகாஷ். “உங்க மூணு பேரையும் அனுப்பினது யாரு? எங்கப்பா கஜேந்திரர்தானே?”

“அதெல்லாம் உனக்குத் தேவையில்லாத விஷயம். லெட்டரை மளமளன்னு எழுதிக் கையெழுத்தைப் போட்டுக் குடு. உன்னோட கையெழுத்துக்குக் கீழே பொண்டாட்டியும் போடட்டும்...”

பிரகாஷ் ஒன்றும் பேசாமல் கடிதத்தை மளமளவென்று எழுதி கையெழுத்தைப் போட்டுக் கொடுத்தான். வாங்கிப் பார்த்த பிஸ்டல் பேர்வழி, “ம்... நான் சொன்னதைக் காட்டிலும் நல்லாத்தான் எழுதியிருக்கே. இந்தாம்மா நர்த்தனா... நீயும் ஒரு கையெழுத்தைப் போடு. சட்டுப்புட்டுன்னு உங்க ரெண்டு பேரோட உயிர்களையும் டிஸ்மிஸ் பண்ணிட்டு நாங்க கிளம்பணும்.” என்று சொல்லிச் சிரித்தான்.

நர்த்தனா கடிதத்தை வாங்கி இயந்திரம் போல் கையெழுத்தைப் போட்டுக் கொடுத்தாள்.

“சோமு! இந்த லெட்டரை அந்த டேபிள் மேல வெச்சுடு. அது மேலே பேப்பர் வெயிட்டா அந்தக் கண்ணாடி டம்ளரையும் எடுத்து வை.”

அந்த சோமு வைத்தான்.

பிஸ்டல் பேர்வழி திரும்பினான். சொன்னான். “ராஜு செட் பண்ணு.”

ராஜு கையோடு கொண்டு வந்திருந்த ரெக்ஸின் பையைப் பிரித்து இரண்டு கயிற்றுச் சுருள்களை எடுத்தான். அறையை இரண்டாய்ப் பிரித்த மரச்சட்டத்தின் மேல் கயிறு வீசி, நான்கடி வித்தியாச தூரத்தில் சுருக்குகளை உருவாக்கி ஊசலாட விட்டான்.

'O' என்று சொன்ன கயிற்றுச் சுருக்குகளுக்குக் கீழே இரண்டு ஸ்டூல்களைப் போட்டான்.

பிஸ்டல் பேர்வழி பிரகாஷை ஏறிட்டான். "உம்... ரெண்டு பேரும் போய் ஸ்டூல் மேல ஏறி நில்லுங்க பார்க்கலாம்."

பிரகாஷும் நர்த்தனாவும் மௌனமாக நடந்துபோய் ஸ்டூலின் மேல் ஏறி நின்றார்கள்.

"குட்! கழுத்துக்கு சுருக்கை மாட்டுங்க..."

மாட்டிக் கொண்டார்கள்.

"வெரிகுட், உங்க ஒத்துழைப்புக்கு ரொம்ப நன்றி. நான் இப்போ ஒன் ட்டு... த்ரீ... சொல்லுவேன். த்ரீ சொல்லும்போது ரெண்டு பேரும் ஜோடியா... ஸ்டூல்களை உதைச்சிடணும். ஓ.கே?" பிஸ்டல் பேர்வழி நகர்ந்து நின்று கொண்டு பிஸ்டலில் அவர்களை குறி பார்த்தபடி–

"ஒன்... ட்டூ... த்ரீ..." சொல்லிய அதே விநாடி– பக்கவாட்டு ஜன்னலினின்றும் 'டுமீல்' என்னும் சத்தத்தோடு அந்தத் தோட்டா பீறிட்டு வந்து பிஸ்டல் பேர்வழியின் கையிலிருந்த பிஸ்டலைப் பறக்கடித்தது.

ஏராளமான அதிர்ச்சியோடு மூன்று பேர்களும் திரும்பிப் பார்க்க, ஜன்னலில் ஓர் இன்ஸ்பெக்டரின் கோபமான முகம் கையில் ரிவால்வர் சகிதம் தெரிந்தது. கத்தினார்.

"யாரும் அசையக்கூடாது. அசைஞ்சா முட்டி சிதறிடும்."

அதிர்ச்சியில் விக்கித்துப் போய் மூன்று பேரும் அசையாமல் நிற்க, வீட்டின் பின்பக்கமாய் ஓடி வந்த இரண்டு கான்ஸ்டபிள்கள் உள்ளே நுழைந்து பிரகாஷையும்

நர்த்தனாவையும் கீழே இறக்கினார்கள். முன்பக்க வாசல் கதவைத் திறந்துவிட இன்ஸ்பெக்டர் உள்ளே வந்தார் வேகமாய்.

மூன்று பேர்களையும் கான்ஸ்டபிள்கள் மொய்த்துக் கொள்ள, இன்ஸ்பெக்டர் பிரகாஷை ஏறிட்டார்.

"நீங்கதானே பிரகாஷ்?"

"ஆ... ஆமா ஸார்..."

"இவங்க உங்க ஒய்ஃப் நர்த்தனா?"

"ஆ... ஆமா ஸார்."

"இந்த லெட்டரை எழுதினது நீங்கதானே?" - இன்ஸ்பெக்டர் தன் சட்டைப் பையினின்றும் ஒரு கவரை எடுத்துக் காட்ட, பிரகாஷ் பார்த்து விட்டுத் தலையாட்டினான். கம்மிய குரலில் சொன்னான்.

"ஆ... ஆமா ஸார்."

"இவங்க மூணு பேரும் யாரு? எதுக்காக உங்களைத் துப்பாக்கி முனையில நிறுத்தி வெச்சுத் தூக்குப் போட்டுக்கச் சொல்றாங்க?"

பிரகாஷ் விவரத்தைச் சொல்ல, இன்ஸ்பெக்டர் புன்னகைத்தார். "இந்த மூணு பேரும் இங்கே வராமே இருந்திருந்தா இந்நேரம் நீங்க டாப் ஸ்லிப் மலையுச்சியிலிருந்து குதிச்சிருப்பீங்க."

பிரகாஷ் கண்ணீரோடு தலையாட்டினான். "ஆமா... ஸார்."

"பார்த்தா படிச்சவங்க மாதிரி இருக்கீங்க. தற்கொலை பண்ணிக்க முயற்சி பண்ணலாமா?"

நர்த்தனா குறுக்கிட்டாள். "இன்ஸ்பெக்டர்! நேத்து அந்த லெட்டரை எழுதிப் போஸ்ட் பண்ணும் போது, 'நான் வேண்டாம்... இந்தக் கோழைத்தனமான முடிவு வேண்டாம்'னு எவ்வளவோ சொல்லிப் பார்த்தேன். இவர் கேட்கலை.

'அப்பாவோட கோபத்தைச் சமாளிக்க என்னால முடியாது. அவர் எப்படியும் நாம இருக்கிற இடத்தைக் கண்டுபிடிச்சுப் பழிவாங்கிடுவார். அவர் அந்தக் காரியத்தைப் பண்றதுக்கு முன்னாடி - மூணுநாள் கணவன் மனைவியா வாழ்ந்த சந்தோஷத்தோடு செத்துப் போயிடுவோம்னு' சொல்லி - என்னையும் தற்கொலைக்குச் சம்மதிக்க வெச்சார். அவர் கையாலே தாலி வாங்கிட்டவ நான். அவர் என்ன சொல்றாரோ அதைத்தானே நான் கேட்கணும்?"

இன்ஸ்பெக்டர், பிரகாஷின் தோள்மேல் கையை வைத்தார். "எனி ஹௌ... நீங்க எங்களுக்கு எழுதிப் போஸ்ட் பண்ணின தற்கொலைக் கடிதம்தான் உங்க ரெண்டு பேரையும் இப்போ காப்பாத்தியிருக்கு. அந்தக் கடிதம் அரைமணி நேரத்துக்கு முன்னாடிதான் எங்க கைக்குக் கிடைச்சுது. உடனே புறப்பட்டு வந்தோம். உங்க வீட்டுக்குக் கொஞ்சத் தொலைவில் வரும்போது ஜீப் பஞ்ச்சர். ஜீப்பை அங்கேயே நிறுத்திட்டு வேக வேகமா ஓடி வந்தோம். வீட்டுக்குள்ளே நாலைஞ்சு பேச்சுக் குரல் கேட்கவே ஜாக்கிரதையானோம். சத்தம் காட்டாமே பின்பக்கமா வந்தோம்."

"ஸார், ஒரு சின்ன சந்தேகம்!" - பிரகாஷ் கவலை முகமாய் நிமிர்ந்து இன்ஸ்பெக்டரிடம் கேட்டான்.

"என்ன?"

"இந்த லெட்டரை நான் நேத்தைக்குச் சாயந்தரம் அஞ்சரை மணிக்குப் பஸ் ஸ்டாண்ட் போஸ்ட் பாக்ஸ்ல போட்டேன். அதுல க்ளியரன்ஸ் டைம் அஞ்சு மணின்னு போட்டிருந்தது. இந்த லெட்டர் நியாயப்படி உங்களுக்கு நாளைக்குத்தானே கிடைச்சிருக்கணும்? இன்னைக்கே எப்படி உங்களுக்கு டெலிவரி ஆச்சு?"

இன்ஸ்பெக்டர் புன்னகைத்தார். "சிட்டியில் இருக்கிற போஸ்டல் சர்வீஸ் மாதிரி - இங்கே இந்தக் காட் செக்ஷன்ல - எல்லாமே சரியான நேரத்துக்கு நடக்கும்னு சொல்ல

மற்ற சிறுகதைத் தொகுப்புகள்...

கண்ணாடி விநாடிகள்

அருந்ததியும் ஆறு தோட்டாக்களும்

ஒரு பச்சைநிற எச்சரிக்கை